தெய்வத்தின் குரலமுதம்

பகுதி -2

(காமாக்ஷி மந்திர விளக்கம்)

தொகுத்தவர்
ஆர். பொன்னம்மாள்

கிரி
கிரி டிரேடிங் ஏஜென்ஸி பிரைவேட் லிமிடெட்

DEIVATTIN KURALAMUDAM
(Tamil)
ISBN : 978-81-7950-494-4

1ˢᵗ Edition : May 2010 | 5ᵗʰ Reprint : January 2022
Pages 152 | Demy 1/8 | N.S. Maplitho | 500 Copies

Published by : GIRI TRADING AGENCY PRIVATE LIMITED
© Publisher | All rights reserved.

Regd. Office : Modi Niwas, Opp.Post Office, Matunga, Mumbai - 19. ✆ (022) 2412 1344
Admn. Office : No.372/1, Mangadu Pattur Koot Road, Mangadu, Chennai - 600 122.
✆ +91 44 66 93 93 93 (Multiple Lines), +91 44 2679 3190, 3100
www.giri.in ✉ sales@giri.in
SHOWROOMS : MUMBAI - CHENNAI - KANCHIPURAM - COIMBATORE - MADURAI
TRICHY - PUDUCHERRY - KUMBAKONAM - HOSUR - VILLUPURAM -
SECUNDERABAD - HYDERABAD - BENGALURU -NEW DELHI

பதிப்புரை

ஸ்ரீ காஞ்சி காமகோடி பீடாதிபதி ஜகத்குரு ஸ்ரீ சந்திரசேகரேந்திர சரஸ்வதி ஸ்வாமிகளை 'நடமாடும் தெய்வம்' என மக்கள் போற்றி வந்ததை அனைவரும் அறிவோம். அந்த அருளாளர் மீது கொண்டிருந்த பக்தியால் அவரை 'மஹா ஸ்வாமிகள்' எனவும் 'ஸ்ரீ பரமாச்சார்யர்' எனவும் அன்பர்கள் குறிப்பிட்டு வந்தனர். ஆதிசங்கர பகவத்பாதரின் வழியைப் பின்பற்றி பாரத தேசமெங்கும் காஞ்சி ஸ்ரீ மஹா ஸ்வாமிகள் பாதயாத்திரை செய்து வந்திருக்கிறார். சென்ற இடங்களில் எல்லாம் நமது சமயம், சாஸ்திரங்கள், சம்பிரதாயம் தொடர்பான பல நுட்பமான விஷயங்களை எல்லோரும் புரிந்து கொள்ளும் விதமாக எளிய நடையில் விளக்குவது அவருக்கே உரிய சிறப்பியல்பு.

அவ்விதம் அவர் விளக்கம் அளித்துள்ள விஷயங்கள் பலவற்றை தொகுத்து 'காமகோடி' தெய்வீக-பண்பாடு-மாத இதழில் தொடராக, புகழ் பெற்ற ஆன்மீக எழுத்தாளர் ஆர்.பொன்னம்மாள் **'ஸ்ரீ பரமாச்சார்யாள் பாதையிலே'** என்ற தலைப்பில் எழுதி வருகிறார். அவற்றிலிருந்து 62 கட்டுரைகள் **கிரி** நிறுவனம் நூலாக வெளியிட்டிருக்கிறது. வாசகர்களிடையே அதற்கு அமோக வரவேற்பு இருக்கும் காரணத்தால் மேலும் பல கட்டுரைகளை தொகுத்து **'தெய்வத்தின் குரலமுதம் (பகுதி-2) காமாக்ஷி மந்திர விளக்கம்'** என்ற தலைப்பிலேயே அடுத்த பதிப்பாக இந்நூலை வெளியிட்டிருக்கிறோம். வாசகர்கள் இதனை வாங்கிப் படித்து ஸ்ரீ பரமாச்சார்யரின் பேரருளுக்குப் பாத்திரர்களாகும்படி வேண்டிக் கொள்கிறோம்.

- பதிப்பகத்தார்

என்னுரை

அன்பார்ந்த நெஞ்சங்களுக்கு,

வணக்கம் பல. இதோ **'தெய்வத்தின் குரலமுதம்'** 2-ம் பாகம் உங்கள் கரங்களை அலங்கரிக்கிறது. இதில் லலிதா த்ரிசதி ஸ்லோக அர்த்தங்களும், அதை விளக்கும் அம்பிகையின் சரிதங்களும் நிறைந்துள்ள நூல் இது. த்ரிசதி, பஞ்சதசாக்ஷரி மந்திரத்தின் பதினைந்து எழுத்துக்களில் ஒவ்வொன்றிற்கும் இருபது நாமாக்களாக முன்னூறு நாமாக்கள் கொண்டது. லலிதா சகஸ்ர நாமத்தைக் கேட்ட பிறகும் அகஸ்திய முனிவர் மனம் நிறைவடையாமலிருக்க, த்ரிசதியைக் கூறி விளக்கமளித்தாராம் ஹயக்ரீவர். 'ஸர்வ பூர்த்திகரம்' என்று சிறப்புப்பட்டம் பெற்ற ஸ்லோகம் த்ரிசதி. இதில் தினமும் சிறிது படித்து வந்தாலும் கூட மனச் சாந்தி கிட்டும். பிரச்சினைகள் தீரும். அம்பிகையை தியானித்து தேவியின் உத்தரவால் உபதேசிக்கப்பட்ட ஸ்லோகம் த்ரிசதி. அம்பிகையின் மகிமை நூலெங்கிலும் விரவிக் கிடக்கிறது. அதோடு தபதி நதியைப் பற்றி, பறையோசையைக் கேட்டதும் மரிக்கும் அசுணமா என்ற விலங்கைப் பற்றி, மூங்கிலரிசியைச் சாப்பிட்டு ரிஷிகள் எப்படி பசியைத் தாங்கிக் கொண்டனர் என்பது பற்றி, சந்தனுவின் தமையன் தேவாபிக்கு ரிஷிகள் சொல்கிற ராஜ தர்மம், சக்திபீட மகிமைகள், பெரியநாயகி பார்த்த பிரசவம், வேத விளக்கங்கள், நச்சாடை தவிர்த்த லீலை என்று நிறைய விஷயங்களை இந்த நூலில் சேர்க்க ஆசார்யார் அருள் புரிந்திருக்கிறார். படித்துப் பயனடைய எவரெவருக்கு பாக்கியத்தைத் தரப் போகிறாரோ?

அன்புடன்,
ஆர். பொன்னம்மாள்.

♦5

பொருளடக்கம்

1. அலங்கார ரூபிணியின் ஜபமும் பலனும் 7
2. பஞ்ச தசாக்ஷரியின் முதல் எழுத்து 'க' 12
3. இரண்டாம் எழுத்து 'ஏ' 19
4. மூன்றாவது எழுத்து 'ஈ' 26
5. நான்காவது எழுத்து 'ல' 33
6. ஐந்தாவது மந்திரம் 'ஹ்ரீம்' 39
7. ஆறாவது எழுத்து 'ஹ' 41
8. ஏழாவது எழுத்து 'ஸ' 48
9. எட்டாவது எழுத்து 'க' 54
10. ஒன்பதாவது எழுத்து 'ஹ' 61
11. பத்தாவது எழுத்து 'ல' 70
12. பதினோராவது மந்திரம் 'ஹ்ரீம்' 78
13. பன்னிரண்டாம் எழுத்து 'ஸ' 88
14. பதிமூன்றாவது எழுத்து 'க' 95
15. பதினான்காவது எழுத்து 'ல' 102
16. பதினைந்தாவது மந்திரம் 'ஹ்ரீம்' 106
17. காமபீஜமான 'க்லீம்' 111
18. மஹாமாயா 118
19. கடைக்கண் பார்வை 122
20. சக்தி பீட மகிமை! 128

21. பூப் போன்ற தேவி 132
22. சௌந்தர்ய சோலை 133
23. விஸ்வ ப்ரமணகாரிணி 137
24. ருரு சம்கார ஹாரிணி 141
25. தனேஷ்3வரி 144
26. தசமஹா சொரூபம் 150

அலங்காரரூபிணியின் ஜபமும் பலனும்

சுக்ராச்சாரியார் அசுர ராஜா விருஷபர்வாவுக்கு குலகுரு. அவரது மகள் சர்மிஷ்டை. அவளும் குருபுத்திரியான தேவயானியும் ஒரு நாள், நதிக்கரையில் ஆடைகளைக் கழற்றி வைத்து விட்டு நீரில் இறங்கிக் குளித்திருக்கிறார்கள். நீராடிய பின் முதலில் கரையேறிய சர்மிஷ்டை, குருபுத்திரியின் ஆடைகளை, தெரியாமல் எடுத்து உடுத்திக் கொண்டு விட்டாள். தன் ஆடைகளை அவள் வேண்டுமென்றே எடுத்து உடுத்திக் கொண்டதாக நினைத்த தேவயானி அவளை கடுமையான வார்த்தைகளால் திட்டி விட்டாள். அவள் பதிலுக்கு ஏச, வார்த்தைகள் தடித்தன. கோபம் தலைக்கேறிய சர்மிஷ்டை தேவயானியை அருகே இருந்த நீரில்லாத கிணற்றில் பிடித்துத் தள்ளி விட்டுப் போய்விட்டாள். காட்டுக்கு வேட்டையாட வந்த யயாதி மன்னன் அவளைக் கை தூக்கிவிட்டு காப்பாற்றியிருக்கிறான். 'தன் கை தொட்ட அவனே கணவனாக வரவேண்டும்' என்று பிடிவாதம் பிடித்துக் கல்யாணமும் செய்து கொண்ட தேவயானி யயாதியுடன் தலைநகர் புறப்பட்டாள்.

அதுவரை சரி. ஆனால் சினத்தை ஆறப் போடாமல் விசிறிக்கொண்டே இருந்தால் வாழ்க்கை நடத்த முடியாது. 'சர்மிஷ்டை எனக்குப் பணிப்பெண்ணாக என் கூட வராமல்

போனா, என் தகப்பனார் உங்களுக்கு ஆசார்யராக இங்கே இருக்க மாட்டார்'ன்னு ராஜாகிட்ட தேவயானி நிபந்தனை விதிச்சுட்டா.

குரு இல்லாமல் போனா நாடு உருப்படுமா? அதிலேயும் சுக்கிராச்சாரியார் இறந்தவாளைக் கூட எழுப்பற சஞ்சீவினி மந்திரம் தெரிஞ்சவர். நாட்டுக்காகப் பெண்ணைத் தியாகம் பண்ணிட்டார் ராஜா. கல்யாணமான தம்பதிகளோட சர்மிஷ்டையும் வேலைக்காரியாப் போனா.

அந்தப்புரத்துக்கு வரும் போதெல்லாம் சர்மிஷ்டை, யயாதி கண்ணிலே பட்டா. அதோட 'அசுர ராஜகுமாரியாக இருந்தவள் இப்படிப் பணிவிடை செய்கிறாளே' என்கிற இரக்கமும் அவனிடம் சேர்ந்துண்டது. அவளுக்குத் தேறுதல் சொல்பவன் போல நெருங்கிப் பழகினான் இதற்கிடையில் தேவயானி கர்ப்பமானா! அவள் மசக்கையிலே சோர்ந்து கிடக்கிறபோது, யயாதி சர்மிஷ்டையை சேர்த்துண்டான். பஞ்சும் நெருப்பும் ரகசியமாகப் பத்திண்டது. அவளுக்கு துருகியு, அனு, பூருன்னு மூணு குழந்தைகள் பிறக்கிற வரை தேவயானிக்கு விஷயம் தெரியலே! தேவயானிக்கு யது, துர்வசுன்னு இரண்டு குமாரர்கள் பொறந்தாங்க. அதன் பிறகு அவளுக்கு யயாதி-சர்மிஷ்டை உறவு தெரிஞ்சு போச்சு. அப்புறம் குருபுத்திரி தகப்பனார் கிட்டே இதைச் சொல்லி அழுதாள். அவரும் கோபத்திலே "யௌவனம் தானே உன்னை இப்படி துரோகம் பண்ண வைச்சது! மூப்படைஞ்சுபோ"ன்னு யயாதியைச் சபிச்சுட்டார்.

மறுபடியும் தேவயானி "என்னப்பா இப்படிப் பண்ணிட்டேள்? எனக்கும் வாழ்க்கை போச்சே"ன்னு அழுதா.

"சரி. அவன் பிள்ளைகள் யாராவது அவன் முதுமையை வாங்கிண்டு இளமையைக் கொடுக்கலாம்"ன்னு அனுக்கிரகம் பண்ணினார் குரு. யயாதி அஞ்சுபிள்ளைகள் கிட்டேயும் கேட்டுப் பார்த்தான். நாலுபேர் சம்மதிக்கலே. சர்மிஷ்டையோட

கடைசிப் பையன் பூரு இதுக்கு ஒத்துண்டான். கொஞ்ச காலத்துலே யயாதிக்கு வாழ்க்கை சலிச்சுப் போச்சு. பூருகிட்டே இளமையைத் திருப்பிக் கொடுத்துட்டு முதுமையைத் திரும்பப் பெற்றுக்கொண்டு காட்டுக்குப் போய் தவம் பண்ணி சொர்க்கம் போனான்.

சர்மிஷ்டை அம்பிகையைத் தியானம் பண்ணியதாலதான் யயாதி அவளுக்கு கணவனா கிடைச்சான்.

ஜகதீஸ்வரிக்கு நெற்றி, கழுத்து, வயிறு முதலான மூணு இடங்களிலும் திரிபுண்டரகம் மாதிரி மூணு கோடுகள் இருக்கு. அது சாமுத்திரிகா லட்சணம். ஷட்ஜமம், மத்யமம், காந்தாரம் என்கிற சங்கீத ஸ்வரத் தொகுதிகளை அவை காண்பிப்பதாகச் சொல்லப்படுகிறது.

தாமரைக் கொடிகள் போன்ற தேவியின் கரங்களை தியானித்தால், சிவனருளும் சேர்ந்து கிடைக்கும். செந்தாமரைப் பூப்போல இளம் சிவப்பாயிருக்கிற நகங்களைத் தியானிக்கிறவாளுக்கு ஐஸ்வர்யம் கூடும்.

பிள்ளையார், தாயார் மடியிலே பால் குடிக்கும் போது தன்னோட தலையிலே இருக்கிற இரண்டு மத்தகங்களையும் பத்திரமாயிருக்கான்னு தடவிப் பார்த்துண்டாராம். தேவியின் இரண்டு ஸ்தன்யங்களும் அவற்றை அப்படியே அளவெடுத்தாற் போல் இருந்ததாம்!

பயம் போகிறதுக்கு இதே அர்த்தத்தோடிருக்கிற சௌந்தர்ய லஹரியிலுள்ள 72-ஆவது ஸ்லோகத்தைப் பாராயணம் பண்ணணும்.

விநாயகர் அம்பாளோட சரீரத்திலேயிருந்த மஞ்சளை வழிச்சு உண்டாக்கினதாகச் சொல்லப் பட்டுருக்கே? எப்போ பால் குடிச்சாருன்னு குழம்ப வேண்டாம்.

கொடுமைக்காரனான சிந்து ராஜாவை வதம் பண்ண உமாதேவியாருக்குப் பிள்ளையாய் பிறந்தவர் கணபதி. அவர் எட்டு மாதக் குழந்தையாக இருந்தப்ப, கழுகாய் வந்த கிருத்திரனையும், கோமாசுரன், குசலனையும், பூனையாய் வந்த குரூரனையும், பாலாசுரன், வியோமாசுரனையும், ஆமையாக வந்த கமடாசுரனையும், இந்திராணி ரூபத்திலே வந்த அரக்கி சதம இடபக்கணியையும், குதிரையாக வந்த கற்பகாசுரனையும், நஞ்சுநிறைந்த நாவல் பழமாக வந்த துந்துபியையும், சர்ப்பமாக வந்த அசகாசுரனையும், சரபப்பட்சியாக வந்த சமலனையும், வீமாசுரனையும் மதயானை வடிவில் வந்த ஆவியசனையும், சம்ஹரித்ததெல்லாம் அவரவர் வாங்கிய வரத்தின்படி ஒரு மாதம், 2 மாதம் என்று ஒரு வயதிற்குள்ளாகவே. கஜமுகாசுரன் தன்னைப் போல் யானை முகம் கொண்டவனே தன்னை முடிக்க வேண்டும் என்று வரம் வாங்கியிருந்தான்.

பார்வதி-பரமேஸ்வரர் ரெண்டு பேரும் யானை ரூபமாகிப் பெற்ற குழந்தைதான் விக்னேசர். தேவி தன் சக்தியைப் பாலாகக் கணபதிக்குப் புகட்டியிருக்கா. இதைத் தியானம் பண்ணினா கறவை மாட்டுக்காகட்டும், கைக்குழந்தையுள்ள தாய்க்காகட்டும் பால் பெருகும்.

நாபிக்கமலம் மடுப்போல் ஆழமானதாயிருக்கும். இதை ஜபிப்பதால் சர்வஜன வச்யமும், சூக்ஷ்ம திருஷ்டியும் கிடைக்கும். மெல்லிய ஒடிந்து விடுவது போலான அந்த இடை இரண்டு நிதம்பங்களை எப்படித் தாங்குகிறது என்று ஆசார்யாள் ஆச்சரியப்பட்டுப் பாடியிருக்கிறார்!

நெருப்பினால் ஆபத்து நேராமலிருக்க அக்னிசட்டி, தீக்குழி வேண்டுதல்களை நிறைவேற்றுபவர்கள் இதே கருத்தைக் கொண்ட 81ஆவது ஸௌந்தர்யலஹரி ஸ்லோகத்தை பாராயணம் செய்ய வேண்டும்.

இதேபோல் வெள்ள அபாயத்திலிருந்து விடுபட யானைத் துதிக்கை போன்ற தொடையழகை விவரிக்கும் 82ஆவது ஸ்லோகத்தை ஜபிக்க வேண்டும். யுத்தங்களில் வெற்றி பெற முழந்தாள்களின் லட்சணத்தை விவரிக்கும் 83ஆவது சௌந்தர்ய லஹரி ஸ்தோத்திரத்தைப் பாராயணம் பண்ண வேண்டும்.

பஞ்சினும் மெல்லிய பாதங்கள் தாமரை மலருக்கு நிகரானது. இந்தப் பாதங்களை திருமண சமயத்தில் கல்லான அம்மி மீது ஏற்ற பரமசிவனுக்கு எப்படி மனது வந்தது என்று சங்கர பகவத் பாதாள் வியப்புறுகிறார்.

கால் நகங்கள் பத்தும் கூர்மையான பத்து அஸ்திரங்கள். அவற்றின் ஒளிக்கு ஈடாகச் சொல்வதென்றால் கை நகங்கள்தான் என்கிறார் குருநாதர்.

உலக விளையாட்டை நடத்துபவள் தேவி. இச்சாசக்திதான் அம்பிகையின் கையிலுள்ள பாசம்.

பஞ்ச தசாக்ஷரியின் முதல் எழுத்து 'க'

வருஷம் முழுவதும் அம்பாளை ஸ்தோத்தரித்து பூஜை பண்றது நித்ய கர்மானுஷ்டானங்களிலே ஒன்று. ஆனாலும் லௌகீகம் அப்படி லயிக்க விடறதில்லே! அதனாலே இந்த நவராத்திரி ஒன்பது நாளை பாத்ரபத மாசத்திலே கட்டாயமாக்கியிருக்கா! வஸந்தருது, சரத்ருது இரண்டும் யமனோட இரண்டு கோரைப்பல் மாதிரி! அதிலே மனிதர்கள் அகப்படாமல் இருக்கணும் என்றால் அம்பாளை வணங்க வேண்டும். தெய்வத்தோட அருள் கிட்டாத மாதிரி ரோகத்தை உண்டு பண்ணுகிற காலங்கள் என்று தேவி பாகவதத்திலே சொல்லியிருக்கு. வஸந்தருது உத்தராயணமானதாலே வஸந்த நவராத்திரியை அனேகமா எல்லாரும் கைவிட்டாச்சு. கோவில்லே நடக்கற வஸந்தோற்சவத்திலேயாவது கலந்துக்கணும்!

சரத்காலத்திலே வர்றதாலே இது சாரதா நவராத்திரி. "நான் லலிதா ஸஹஸ்ரநாமம் படிக்கறேன்! த்ரிசதி படிக்கணுமா" என்று ஒருத்தர் கேட்டார். என்ன சொல்றது? அவியல், வடை, பாயசத்தோட விருந்து சாப்பிடறது ஒரு ருசி. வத்தக்குழம்பும், பருப்புத்துவையலும் ஒரு ருசி இல்லியா? எல்லா இடத்துலேயும்

பட்டு வேஷ்டியோட போய் நிற்க முடியுமா? ஆஃபீசர் மாதிரி கோட்டெல்லாம் போட்டுண்டு போகிற இடமும் இருக்கே! சர்வாலங்காரம் ஒரு அழகுன்னா, அபிஷேக மூர்த்தமும் ரம்யமா இருக்கு இல்லையா!

அம்பாளுக்கு 'ஸர்வ பூர்த்தி கரி' ன்னு ஒரு பேருண்டு. த்ரிசதியிலே 13-ஆவது வாக்கியத்துலே வரும். த்ரிசதி ஜபம், கர்ம பந்தத்தாலே ஏற்படுகிற குறையை நிவர்த்தி பண்ணுகிறதாலே அந்த பேர் வந்ததா அம்பாளே சொல்லியிருக்கா.

கடலையே குடிச்சவர் அகஸ்தியர். அவர் பொதிகை மலையிலே போய் இருந்து, பார்வதி-பரமேஸ்வரருடைய கல்யாணத்துக்கு வந்த ஜனக்கூட்டத்தாலே வடபாகத்திலே ஏற்பட்ட நிலச்சரிவை சரி செஞ்சார்! அப்பேர்ப்பட்டவருக்கு இதை உபதேசம் பண்ணலாமான்னு ஹயக்கிரீவர் யோசித்திருக்கிறார்.

கலியுகத்திலே காகிதமும், அச்சடிக்கிற மார்க்கமும் ஏற்பட்டதாலே எத்தனை சௌகரியம்! பனை ஓலையை உற்றுப் பார்த்துப் படிக்க வேண்டியதில்லை இல்லையா! அகஸ்தியரோட பத்தினி லோபாமுத்திரை. 'அம்பாள் உபாஸகி'. அதனாலே அவருக்கு உபதேசிக்கும்படியா காமேஸ்வரி உத்தரவு கொடுத்துருக்கா! ஒரு குடும்பத்திலே தம்பதிகள் இரண்டுபேரும் பக்தி வசப்பட்டாதான் காரியம் சித்தியாகும் என்று இதிலேயிருந்து தெரியவரது. "சிவ: சக்தி: காம:" என்று சௌந்தர்யலஹரியிலே 32-ஆவது ஸ்லோகம் வரும். அதை தினமும் 16 தடவை சொல்லிண்டு வந்தா நல்ல காரியங்களெல்லாம் ஜெயமாகும். அகால மரணம் சம்பவிக்காது.

பஞ்ச தசாக்ஷரி 15 அக்ஷரம். ஒவ்வொண்ணுக்கும் இருபது நாமாவளி. ஆக முன்னூறு சேர்ந்தது தான் த்ரிசதி.

ராஜராஜேஸ்வரியைத் தியானம் பண்ணிண்டுதான் இதைப் பாராயணம் பண்ணனும். த்ரிசதி சிவனாலேயும், அம்பாளாலேயும் ஏற்படுத்தப்பட்டது. மனுஷா கற்பிச்சது இதுக்கு ஈடாக முடியுமா?

சிவாட்சரத்தையெல்லாம் காமேஸ்வரியும், சக்தி அட்சரத்தையெல்லாம் காமேஸ்வரரும் உச்சாடனம் பண்ணியிருக்கா, சிவாட்சரம் எது, சக்தி அட்சரம் எதுன்னு கும்பஸம்பவர் கேட்டிருக்கிறார். ரொம்ப ரகசியம்; தகுதியில்லாதவா கிட்டே சொல்லாதேன்னு எச்சரிச்சப் பறம்தான் சொல்லியிருக்கார் ஹயக்ரீவர்.

(க-ஏ-ஈ-ல-ஹ்ரீம்-வாக்பவகூடம்)

(ஹ-ஸ-க-ஹ-ல-ஹ்ரீம்-காமராஜகூடம்)

(ஸ-க-ல-ஹ்ரீம்-சக்திகூடம்) ஆக பதினைந்து அட்சரம் பஞ்ச தசாக்ஷரி.

இதிலே மூணு கூடத்திலே இருக்கற 'க' அக்ஷரமும், காமராஜ கூடத்திலே இருக்கற ரெண்டு 'ஹ'வும் சிவாக்ஷரம். மீதியெல்லாம் சக்தி அக்ஷரங்கள்.

இதிலே வாக்பவ கூடத்திலே உள்ள முதலெழுத்து'க' இல்லையா! காமாட்சி கரும்பு வில்லோடு சப்பணமிட்டு உட்கார்ந்திருக்கிறதா கற்பனை பண்ணிக்கணும். 'க'ன்னா தேஜஸ், பிரகாசம். 'கம்' னா ஆனந்தம். 'க்கம்'னா ஆகாசம். கல்யாண குணங்களையுடைய அவள் மேரு மலையின் சிகரத்திலே அருள்புரியறா.

கமனீயம்னா கவர்கிறது! இரும்பைக் காந்தம் இழுக்கற மாதிரி, இனிப்பு ஈயை ஈர்க்கற மாதிரி மனசை உன் அலங்கார ரூபத்திலேயிருந்து எடுக்க முடியலியேம்மா!

எட்டாவது நாமாவளி 'கல் மஷக்ன்யை' என்கிறதாகும். என்னோட கல்மிஷங்களையெல்லாம் அழித்துவிடு" ன்னு பிரார்த்திச்சுக்கறோம்-கல்மிஷம் ஏற்படறதே பாபத்தினாலே தானே!

பாற்கடல்லேருந்து ஒரு கற்பக விருட்சம்தான் வந்தது-ஆனால் தினுசு தினுசா இத்தனை ஜனங்களைப் படைச்ச மாதிரி அதுக்குள்ளே அஞ்சு தினுசு விதைகள் இருந்திருக்கு. சந்தான விருத்தியைக் கொடுக்கறது சந்தானகற்பகம், பாரிஜாத மலரைக் கொடுக்கறதைத்தான் பாமா ஆசைப் பட்டா. கிருஷ்ணர் இந்திரனோடு சண்டை போட்டு பூமிக்குக் கொண்டு வந்தார். ஹரிசந்தனம் என்கிறது சந்தன வாசனை வீசும். சந்தன நிறத்திலே பூக்கும். தினம் அதோட காற்று மேலே பட்டா வியாதியே வராது. அடுத்தது மந்தாரம். இதன் கீழே தினமும் ஒரு மணி நேரம் இருந்தா புத்தி தீட்சண்யமாகும். கதம்ப கற்பகத்தைப் பற்றி அனேகமா எல்லாருக்கும் தெரியும். இந்த மரத்துப் பூவோட வாஸனையை விரும்புகிறவளே என்கிறது மேலெழுந்த மாதிரி தெரியற அர்த்தம்! 'மனம், புத்தி, சித்தம், அஹங்காரம், இருதயம் என்ற ஐந்தையும் வாசனைக்காக அலைய விடாமல் அவளிடமே சமர்ப்பிப்பதை விரும்புகிறவளே' என்கிறது ரகசிய அர்த்தம்.

சர்வேஸ்வரி கையிலே இருக்கற கரும்பைத்தான் மன்மதன் வில்லாப் பயன்படுத்தி பிரஜா உற்பத்திக்கு வழிவகுக்கிறான். சௌந்தர்யலஹரியிலே 47-ஆவது ஸ்லோகத்திலே "தனுர்-மன்யே ஸவ்யேதரகர க்ருஹீதம் ரதிபதே:" என்று ஆதிசங்கர பகவத்பாதாள் சொல்லியிருக்கா. "அம்மா, உன்னோட புருவங்களை சரியா பார்க்க முடியலியே! நாண் கயிறா மூக்கு இருக்கறது தெரியறது! அது மன்மதனோட வில்லா!" அப்படின்னு உருகறார்.

அந்த மாதிரியே தேவியை வரிச்சு அந்த ஸ்லோகத்தை தினமும் முடிஞ்சவரை ஜபம் பண்ணினா விவாகத் தடைகள் விலகும். அவளோட கடைக்கண் பார்வை பட்டு பஸ்பமாப் போன மன்மதன் உயிர் பெறலையா?

சௌந்தர்யலஹரி 52-ஆவது ஸ்லோகத்துலே, வில்லும், நாணுமாச்சு! அஸ்திரங்கள் வேண்டாமா? "கதே கர்ணாப்யர்ணம்' என்று ஆரம்பிச்சு, இமை முடிகளை பாணங்களிலே உள்ள இறகுகள் என்கிறார். 'இமே நேத்ரே' இந்தக் கண்கள் காதுகள் வரை நீண்டிருக்கிறதே! அதனாலே காதுவரை இழுக்கப்படும் மன்மதக் கணைபோல் விளங்குகிறதே! என்று அதிசயிக்கிறார்.

இதுவும் விவாகப்ராப்தியை உண்டாக்கும் ஸ்லோகம்தான்! அதுவும் தவிர கண், காது ரோகம் வராமலும் காப்பாற்றும்.

"ஹர நேத்ராக்னி-ஸந்தக்த-காம-ஸஞ்ஜீவ நௌஷதி:।" லலிதா ஸஹஸ்ரநாமத்தில் 84-ஆவது நாமாவளி இது. இதையே தான் த்ரிசதியின் 13-ஆவது ஸ்லோகமாக சொல்லியிருக்கிறது. இதைப் பாராயணம் செய்கிறவன் தேவி உபாஸகனாகவே ஆகி விடுகிறான். இதை 12-ஆவது நாமாவளியே சொல்லி விடுகிறது.

ஏலம், லவங்கம், பச்சைக் கற்பூரம், கஸ்தூரி, ஜாதிக்காய், ஜாதிப்பத்திரி குங்குமப்பூ எல்லாவற்றையும் சன்னமாக பாக்குடன் பொடித்துத் தருவது கர்ப்பூரவீடிகை - இப்படி அம்பாளுக்கு நிவேதனம் பண்ணி நவராத்திரியிலே சுமங்கலிகளுக்கு உபசரணை செஞ்சா இகலோகத்திலும், பரலோகத்திலும் ரம்யமா இருப்பா என்று தேவி மஹாத்மியத்திலே சொல்லியிருக்கு. இதனோட வாசனையினாலே பத்து திக்கு தேவதைகளும் ஆசீர்வாதம் பண்றா! பத்து திசை எதிரிகளும் ஓடிப்போயிடறா! இப்படி நிறைய பலஸ்ருதி சொல்லி இருக்கா!

"கர்ப்பூர வீடி காமோத-ஸமாகர்ஷி-திகந்தராயை" லலிதா சகஸ்ரநாமத்துலே இந்த 26ஆவது நாமாவளியைப் படிக்கும் போதெல்லாம் இந்தக் கர்ப்பூர வீடிகாவை மானஸீகமாகவாவது சமர்ப்பியுங்களேன்!

கலிகாலமாதலால் ஏற்படும் தோஷங்கள் நம்மைச் சேராமல் காப்பவளும் கமலாக்ஷிதான்! கம் என்றால் தண்ணீர் என்று ஒரு அர்த்தம். அதில் உருள்வதால் பிரம்மாண்டத்துக்குக் கஞ்ஜம் என்று ஒரு பெயர்.

கம்ர-மனதைக் கவரும் வனப்புடையவள்; அது கம்பீரமா? லாவண்யமா, தேஜஸா எது என்று சொல்ல முடியாது. நவராத்திரியிலே அலங்கரிக்கப்பட்டிருக்கும் அம்பாளைப் பார்த்தாலே கால்கள் பின்னுக்கு நகர சண்டித்தனம் பண்ணுமே! சண்ட முண்டார்களிடமே, "நான் தெரியாமல் பிரதிக்ஞை பூண்ணிவிட்டேன். யுத்தம் செய்து ஜெயித்தவர்களுக்குத்தான் மாலை போடறதாக சபதம் பண்ணியிருக்கிறேன். இப்படி ஒரு சும்பன் இருக்கான் என்று தெரியாமல் போச்சே" ன்னு அலைக்கழிச்சதாலேதான் ரொம்பப் பிடிவாதம் பண்றவாளைச் சண்டித்தனம் பண்றாங்கறோம்! அதை நம்பி தூது விட்டு கூட்டத்தோடு அழிஞ்சவன் சும்பன். முட்டாள்தனமா இருக்கிறவர்களை சும்பன்னு சொல்கிறது உலகத்துலே சகஜமான பேச்சு.

நாம் செய்கிற எல்லா கர்மங்களுக்கும் அவள் சாட்சியாய் இருக்கிறாள்! லோகத்துலே தூஷணையைக் கேட்கிறவன், தூஷிக்கப்படுகிறவன் என்று இரண்டு ரகம் உண்டு. கயிறு இழுக்கற போட்டி மாதிரி தான். திடீர்னு ஒரு பக்கத்துலே இருக்கிறவன் கயித்தை விட்டுட்டா என்ன ஆகும்? எல்லோரும் சரிஞ்சுடுவா. இது கூட ஒரு மாதிரியான தோல்விதான்! அம்பிகை இதைத்தான் சொல்றா! நீ விட்டுடு... போட்டிக்கு மல்லுக்கட்டாம விட்டுக் கொடுத்துடு. நான் பார்த்துக்கறேன்

என்கிறா! நமக்குத்தான் நம்பிக்கையில்லே! இமுத்துக்கொண்டு திரிகிறோம்!

இதையேதான் லலிதா ஸஹஸ்ரநாமத்திலேயும் (384) விச்வஸாக்ஷிண்யை நம: என்று சொல்லி அர்ச்சனை பண்றோம். இதை மனப்பூர்வமா நம்பினவா மகானாயிடறா!

காரியமே அவள்தான்! இரண்டாவது எழுத்தான'ர' வை நீக்கிட்டா காயத்ரியாயிடுவா! ஜனங்களோட பாப புண்ணியத்துக்கு ஏற்ற மாதிரி செயல் செய்ய வைக்கிறவளே! என்கிறதுதான் இதோட முழு அர்த்தம். அதனாலே நாம மனசைக் கட்டாயப்படுத்தி பகவானை நினைக்க வைக்கணும். படிக்காத மக்குக் குழந்தையை அம்மா பலவந்தமா அழ அழ பள்ளிக்கூடம் அனுப்பற மாதிரி "அடே துஷ்ட மனசே! கஷ்டம் வந்துடுத்தே என்று புலம்பினா சரியாகி விடுமா! கோவிலுக்குப் போ" என்று பலவந்தப்படுத்தணும். அப்போ சக்தி அதுக்குக் காரியமா இருந்து புண்ணியம் கிடைக்கப் பண்ணுவா.

அதைத்தான் அடுத்த வாக்கியம் சொல்றது! உபாஸனை, யோக நிஷ்டை, தியானம், மனப்பாடமாகவாவது ஸ்லோகம் சொல்றது! இந்த மாதிரியான கர்மாக்களுக்கும் பலத்தைக் கொடுக்கிறவளேன்னு வர்றது.

தருவாளா, மாட்டாளா என்ற சந்தேகமே இல்லே! ரிஷிகள் நீ தருவாய், தருகிறவள் என்று நிச்சயப்படுத்தி சொல்லியிருக்கா. இதோட பஞ்சதசாக்ஷரீயோட முதல் எழுத்துக்கான சுருக்கமான அர்த்தம் பூர்த்தியாறது.

இரண்டாம் எழுத்து ‘ஏ’

அடுத்த எழுத்து ‘ஏ’ அவள் அமர்ந்த கோலம் இது. இந்த எழுத்து ஸ்ரீவித்யா மந்திரத்துக்கு பிராண ரூபமாய், பரப்பிரம்மத்தைக் குறிப்பதாய் அமைந்துள்ளது. அவள் ஓம் என்கிற பிரணவ சப்தமாய் இருக்கிறவள். ‘ஓம்’ என்று சொல்லாமல் எந்த தேவதையை அர்ச்சனை பண்ண முடியும்? அம்பாள் ஒருத்தியே எல்லா அக்ஷர சொரூபமாய் இருக்கிறவள். அவள் கொடி போன்றவள், மின்னலைப்போல இருப்பாள் என்று சொல்றகிதெல்லாம் கரையிலே நின்னுண்டு கடலை அளக்கற மாதிரிதான்! அந்த உபமானம் கூட சரியாக வராது. சமுத்திரத்தைக்கூட கப்பல்லே போய் அளந்துவிடலாம். வேணும்னா ஆகாசம் என்று வைத்துக் கொள்ளலாம்!

குழந்தை பிறந்ததும் தாயார் சந்தோஷப்படுகிற மாதிரி அவளோட மனமெல்லாம் ஆனந்தம் நிறைந்திருக்கிறது. அதனாலே அவளை ஆனந்தவல்லிங்கறோம். த்ரிசதியிலே ஏகானந்த சிதாக்ருத்யை என்கிற நாமாவளி இதைத்தான் சொல்கிறது! ஞான பிரஸனாம்பிகையாக காளஹஸ்தியிலே குடியிருக்கா! எந்த பாகம் அறிவு, எந்த பாகம் ஞானம் என்று சொல்ல முடியாது! வேத ஆகமங்களுக்கே பிடிபடாதவள்!

ஆனா அவளை ஏக மனதோடு தியானம் பண்ணினா சுலபமா கண்டு பிடிச்சுடலாம். உலகத்தையே அளந்த திரி விக்ரமனை யசோதை கட்டிப் போடவில்லையா? சகாதேவன் கிருஷ்ண பரமாத்மாவை நெஞ்சுக்குள் கட்ட வில்லையா? "தத்ரை காக்ரம் மன: க்ருத்வா-யத சித்தேந்த்ரிய:" அப்படின்னு கீதையிலே அவரே சொல்லியிருக்கார்.

ஒரு ஊசியிலே நூலைக் கோர்க்கணுமென்றால்கூட நூல் முனை பிசிறில்லாம கூராயிருக்கணும். அப்படியிருக்கறப்போ அம்பாளை தியானிக்கிறது என்பது எத்தனை பெரிய விஷயம்! மனம் தான் நூல்! ஊசியுடைய காதுதான் அம்பாளை அடைகிற பாதை! ஊசியிலே நூலைக் கோர்த்தா மாயையால் கிழிஞ்சு கிடக்கிற மனதைத் தைக்க முடியும்.

த்ரிசதியிலே 28-ஆவது நாமாவளி சொல்ற அர்த்தம் இதுதான்! ஆசையைத் துறந்தவர்களாலேதான் அவளோட லயிக்க முடியும். அவளை பூஜை பண்ண ஆரம்பித்த உடனே ஆசை கொஞ்சங் கொஞ்சமா விலகிடும். அவளுக்குக் கைங்கர்யம் பண்ணுகிற ஆசை மட்டும் தான் மனதிலே இருக்கும்.

நக்கீரர் கிட்டே ஸ்வாமி கொஞ்சம் விளையாடிப் பார்க்க ஆசைப்பட்டார். பாண்டிய ராஜா மனதிலே 'பெண்களுடைய கூந்தலுக்கு இயற்கையிலியே வாசனை உண்டா' என்கிற சந்தேகத்தை உண்டாக்கினார். ஒரு காரியத்தை மட்டுமே உத்தேசித்து பகவான் எதையும் பண்றதில்லே! தருமிக்கு பொற்கிழி கொடுக்கவும் ஏற்பாடு பண்ணினார்.

சொக்கநாதர் எழுதிக் கொடுத்த ஓலையை சபையிலே படித்தார் தருமிப்புலவர். ராஜாவுக்குத் திருப்தியாகிவிட்டது. "கொடுத்துவிடலாம், பொற்கிழியை" என்றார். நக்கீரர் தடுத்து

தருமியைக் குடைந்தார். தருமி அவமானப்பட்டு சுந்தரேசப் பெருமான் கிட்டே வந்து அழுதார்.

ஸ்வாமியே சங்க கூட்டத்துக்கு நேரா வந்து விளக்கம் சொல்லி "என்னப்பா குறை" என்றார். "பெண்களுடைய கூந்தலுக்கு இயற்கையிலேயே வாசனை கிடையாது" என்று அழுத்தமாக சொன்னார் நக்கீரர்.

"சாதாரணப் பெண்களை விடு. இப்படி உன்னைப் பேச வைச்சிருக்காளே அந்த சரஸ்வதியோட கூந்தலைப் பத்தி என்ன சொல்றே?" என்று கேட்டார் பரமேஸ்வரன்.

ஜெயிக்கணுமின்னு வெறி வந்துட்டா அறிவு மழுங்கிடும். ஆர்வமா இருக்கிறது வேறே, வெறியோட அலையறது வேறே! முதலிலேயே நக்கீரர் சோமசுந்தரப் பெருமான் பாட்டுலே குற்றம் சொன்னவர். அப்ப சுவாமி தண்டிக்கலே! தெய்வம் எப்பவுமே சும்மா இருக்காது!

நக்கீரர் என்ன சொல்லப் போறார்னு கலைவாணிக்குத் தெரியாதா? அவரை விட்டு விலகினா!

"சரஸ்வதி என்ன! நான் தினமும் வணங்குகிற அங்கயற் கண்ணியோட கூந்தலுக்குக் கூட இயற்கையிலே வாசனை கிடையாது" என்றார் நக்கீரர்.

சிவபெருமான் நெற்றிக்கண்ணைத் திறந்துட்டார். எல்லோரும் பயந்து ஹர, ஹர ன்னு கன்னத்திலே போட்டுக்கொண்டார்கள். நக்கீரர் புத்தியிலே அகம்பாவம் நிறைந்திருந்ததாலே அசட்டுத் துணிச்சலோட நின்று கொண்டிருந்தார்.

"அம்பாள் என்னிலே பாதி! சுகந்த குந்தலாம்பாள், பூங்குழலின்னெல்லாம் ஸ்துதிக்கப்படறவள். யோசிச்சு பதில்

சொல்லு" என்றார் பகவான். யோசிக்கிறதுக்கு சரஸ்வதி அருள் வேணுமே!

"நீங்கள் பயமுறுத்துகிறீர்கள்! ஆயிரங்கண் காட்டினாலும் என் பதில் ஒண்ணுதான்" என்று அழுத்தமா சொன்னதுதான் நக்கீரரோட கடைசி வார்த்தை. வெப்பத்தாலே பேச்சு வரலே! உடம்பு எரிஞ்சது. பொற்றாமரையிலே போய் விழுந்தார்.

தருமி என்கிற சுந்தரநாதனுக்கு பொற்கிழியைக் கொடுத்தார் ராஜா. நக்கீரருக்கோ தண்ணீரை விட்டு வெளியே வந்தா தேகம் எரியறது. தண்ணீரிலிருந்தபடியே அந்தாதி பாடி மன்னிப்புக் கேட்டுக்கொண்டு "காப்பாத்தணும்" என்றார். கபிலர், பரணர் முதலான புலவர்களும் வேண்டிக் கொண்டனர். ஸ்வாமி, அம்பாளுடன் பொற்றாமரைக்கு வந்து கை கொடுத்தார். பகவான் கைபட்டதும் நக்கீரர் உடம்பு குளிர்ந்ததாம்! பனிமலையிலே வாசம் பண்ணுகிறவராச்சே! சிவபெருமான் குனிஞ்சு கை கொடுத்ததுலே அவரது சடையிலே இருந்த சந்திரனோட கிரணங்களும் பாய்ந்ததாம்! கேட்கணுமா!

குழந்தை எத்தனை பேசினாலும் தாயார் அதை பொருட்படுத்தறதில்லே! அம்பாள் லோக மாதாவாச்சே! த்ரிசதியிலே 30-ஆவது நாமாவளி அம்பாளோட கூந்தல் ஏல வாசனை வீசுகிறது என்பதை சொல்கிறது!

ஜென்ம ஜென்மமா நீ பாவத்தைக் குவித்துக்கொண்டு வந்தாலும் அதை நாசம் பண்ணிடுவா என்கிறது அடுத்த நாமாவளி. அவள் பாபநாசினின்னு புகழப்படறா லலிதா ஸஹஸ்ரநாமத்திலே! பாபம் என்கிறது முள் காடாக மண்டிக் கிடந்தாலும் அதை எரிக்கிற நெருப்பாயிருக்கா அம்பிகை.

அவள் ஒருத்தியாகவே எல்லா போகங்களையும் அனுபவிக்கிறாள் என்கிறது அடுத்த நாமா. பண்டாசுரனை வதைக்க தேவர்களெல்லாம் ஹோமம் செய்தபோது லலிதை

ஒருத்திதான் யாகத்தீயிலிருந்து வந்தா! ஆனால் அஸ்வாரூடை, சம்பத்கரி, நகுலி, தண்டினி, ஜ்வாலா மாலினி, ஸ்தம்பினி, மந்திரிணி, சியாமளை, வாராஹி, குருகுல்லாதேவி, என்று எத்தனை பெரிய ஸேனையை உண்டாக்கினா! இவர்கள் இத்தனை பேராகவும் இருந்து சிந்தாமணிக்கிரகத்தில் போகத்தை அனுபவிக்கறா!

ருசியான விருந்து இருக்கு. கண் அதைப் பார்த்தவுடனே நாக்கிலே எச்சில் ஊறியது. கால், விருந்து இடம் நோக்கி அழைத்துக்கொண்டு போனது. புத்தி அதை சாப்பிடு என்றது. கை எடுத்து வாய்க்கு ஊட்டுகிறது. வயிற்றுக்கு வேணுமானா சாப்பிட்டுக்கட்டும் என்று கை நினைக்கலே! இப்படியா ஒரு ருசியை சரீரம் பூராவும் அனுபவிக்கற மாதிரி தேவியும் அனுபவிக்கிறாள். அதனாலே அவள் பெயர் போகினீ. அவளுக்கு ஒரு ரஸனை தான் தெரியும். அவள் அன்பே வடிவானவள். ரஸோவைஸ; ரஸம் ஹ்யேவாயம் லப்த் வானந்தீபவதி என்று தைத்ரியோபநிஷத்திலே சொல்லியிருக்கிறது. அநாஹதத்தில் பூர்ணகிரி பீடத்தில் சிருங்கார ரஸம் நிறைந்திருப்பவள் அம்பாள்.

லோக நாயகியான அவள் ஐஸ்வர்யத்தைத் தரக் கூடியவள். த்ரிசதியிலே 34 நாமாவை தினமும் 108 தடவை சொல்கிறவர்களுக்கு ஐஸ்வர்யம் கூடும். மோக்ஷ ஐஸ்வர்யம் விரும்புகிறவர்களும் இப்படியே நினைத்துக்கொண்டு ஜபிக்கலாம். ராஜ அதிகாரத்திற்கு ஆசைப்பட்டால் 35-ஆவது நாமாவை 108 தடவை ஜபிக்க வேண்டும். பத்து நாள் ஜபித்துவிட்டு பல்லக்கு வரலியே என்று வாசலைப் பார்த்து ஏங்கக்கூடாது. திருஞானசம்பந்தருக்கு அழுதவுடனே பால் கொடுத்தவ, நாவுக்கரசரை அலைய வைச்சிருக்காங்கறதையெல்லாம் நினைத்துப் பார்க்கணும்.

கூட்டமா நின்று கோஷமிட்டு பூஜிக்கறது ஒருரகம். ஏகாந்தமா அவளோட பேசிண்டே "அம்மா, தண்டநாதை

சண்டை செய்யற அழகை நீ வேடிக்கை பார்த்துக்கொண்டிருக்கும்போது விஷங்கன் அம்பு விட்டு உன் தேர் கொடியை அறுத்துவிட்டானாமே! யானைத் துதிக்கை மாதிரி யுத்த களத்திலே கங்கா நதி கொட்டியதாமே! சும்பன் மோஹிக்கும்படியா நீ ஊஞ்சலாடினாயே! அதை ஒரு க்ஷணமாவது நான் பார்க்க முடியுமா?" இப்படி அவளோட பெருமைகளைப் பேசிக்கொண்டே நடத்துகிற அபிஷேகம் நவசண்டிகா ஹோமத்துக்கும் மேலானது.

அம்பிகை பிரகாசமாய் ஜொலிப்பவள் என்கிறது எல்லாருக்கும் தெரியும். ஆனா மனசு ஒன்றுபட பிரகாசம் அதிகமாயிண்டே போகும். மெதுவாக பூஜிக்கிறவாளையும் அதுக்குள்ளே இழுத்துண்டுவரும். இதெல்லாம் அனுபவத்திலே ரஸிக்கிற விஷயம்.

பனிப் பிரதேசத்துலே தூரத்திலேயிருந்து பார்த்தால் ஒரே புகை மாதிரி தெரியும். அதுக்குண்டான ஆடையோடு பயணப்படறவாள் தூரத்திலேயிருந்து பார்க்கிறவாளுக்குத் தெரியமாட்டா. அதுக்காக பனிப்பிரதேசத்துலே மனிதர்கள் இல்லேன்னு சொல்லிட முடியுமா? விமானத்தில் போகும்போது பஞ்சுக் குவியல் மாதிரி மேகத்தைப் பார்த்தேனென்றார் ஒருத்தர். பூமியிலேயிருந்து பார்க்கிறவனுக்கு அது தெரியாது. அது மாதிரித்தான் இதுவும்! மனிதன் கண்டுபிடித்ததிலே இத்தனை அதிசயம் என்றால் தெய்வத்தோடு லயிக்கிறபோது கிடைக்கிற அனுபவம் சாமானியமாக இருக்குமா?

எந்த இடத்தைத் தோண்டினாலும் ஜலம் கிடைக்கிறது. காற்றிலே தண்ணீர் அலையடிக்கும். அப்படிப்பட்ட ஜலத்திலே தான் இந்த பூமி சுத்திண்டிருக்கு. இந்த ஜகத்துக்கு அவ ஈஸ்வரி 'யதிதம் கிஞ்ச ஜகத் ஸர்வம்' என்கிறது கடோபநிஷத்.

அவள் வீரேஸ்வரி. அந்த ஒப்பில்லாத தேவதையை முதல்லே பூஜை பண்ணிட்டுப் போனால் வெற்றி கிடைக்கும். முருகன் தாயாரை நமஸ்கரித்து வேல் வாங்கிக்கொண்டு போகவில்லையா? பாண்டவர்கள் துர்க்கையை பூஜை பண்ணி வன்னி மரத்திலே ஆயுதங்களை மறைத்து வைத்ததாலே அஞ்ஞாத வாசத்திலே யாராலேயும் கண்டுபிடிக்க முடியவில்லை!

பதினாறு ஸ்ரீபுரங்கள் அவளுக்கு. தரையிலே ஒன்பது; சமுத்திரத்துலே ஏழு. அதிலே மேரு பர்வதத்துலே இருப்பதை வர்ணிக்க மனிதனின் ஆயுள் போதாது. இதைத்தான் பஞ்சதசாக்ஷரியின் 40-ஆவது நாமா சொல்கிறது. இதோட பஞ்சதசாக்ஷரியோட இரண்டாவது எழுத்துக் கான அர்த்தம் சுருக்கமாக சொல்லப்பட்டிருக்கு.

மூன்றாவது எழுத்து 'ஈ'

பஞ்ச தசாக்ஷரியோட மூன்றாவது எழுத்து 'ஈ'. ஸர்வேசி, காமேஸ்வரி, ராஜேஸ்வரி, கல்யாணி, மங்களேஸ்வரி, அமிர்தேஸ்வரி என்று ஈயில் முடிவதெல்லாம் அம்பாளோட ஈகார ரூபந்தான். இவள் சாந்த சொரூபி. பிரார்த்தனை பண்ணுகிறவளுடைய கோரிக்கையை நிறைவேற்றுகிறவள் இவள். அதுக்காக ஐந்து வயசுக் குழந்தை காய் நறுக்குவேனென்றால் கத்தியைத் தரமுடியுமா? சைக்கிள் ஓட்டுவேன் என்று அடம் பிடித்தால் சைக்கிளைக் கொடுக்க முடியுமா? உன்னால் இதைச்செய்ய முடியுமா? என்று அவள் யோசித்து, 'செய்ய முடியும்' என்றால் கண்டிப்பாகத் தருவாள். ஸ்வாயம்பு மனுன்னு ஒரு ராஜா. அவரோட பிள்ளை பிரியவிரதன். அவனுக்கு வெகு நாட்களாக சந்தான பாக்கியம் இல்லே. இதற்காக கசியப ரிஷி வந்து புத்திரகாமேஷ்டி யாகம் பண்ணினார். யாக ஹவிஸை பிரியவிரதனோட பார்யாளான மாலினிக்குக் கொடுத்தார். அவள் கர்ப்பவதியானாள். பன்னிரண்டு தேவவருடம் கழிச்சு ஒரு குழந்தை பிறந்தது. குழந்தை தேஜஸாக இருந்தது. என்ன பிரயோஜனம்? உயிர் இல்லையே! இதைப் பார்த்த தாயாருக்கு எப்படி இருக்கும்?

மயக்கமாயிட்டா. பிள்ளையை மயானத்துக்கு எடுத்துக் கொண்டு போனாள்.

"அம்பிகே! யாகபலன் இதுதானா?" என்று கதறினான் பிரியவிரதன். அப்போ சஷ்டி தேவி வந்தா. தேவசேனைக்கு சஷ்டி தேவி என்று ஒரு பெயருண்டு. சந்தானபாக்கியத்துக்காக சஷ்டி விரதம் இருக்கோமே! அது இந்த அம்பாளை நோக்கித்தான். சுப்ரமண்யரின் சம்சாரமும் இவதான்! சந்தேகமே வேண்டாம்! பிரியவிரதனோட குழந்தை அவ பார்வையாலே உயிர் பெற்றது. அதற்கு சுவ்விரதன் என்று பெயர் வைத்து வளர்த்தான். அந்த சஷ்டி தேவியும் இந்த 'ஈ'யில் சேர்ந்ததுதான்! மனுவம்சத்திலே பிறந்த மங்களன் என்கிற ராஜா, சண்டிகையை பூஜை செய்து, ஏழு தீவுகளையும் அரசாட்சி பண்ணியதால் துர்க்கைக்கு மங்கள சண்டிகை என்கிற பெயர் வந்தது. திரிபுரனின் சம்ஹாரம் வெற்றிகரமாக நடக்க, விஷ்ணு இந்த தேவியைத் தான் துதித்திருக்கிறார். அப்போது அவள் பெயர் மங்களேஸ்வரீ. ஒரு சமயம் நாரதரிடம் விந்தியமலை, "திரிலோக சஞ்சாரியே! விசேஷச் செய்தி ஏதாவது உண்டா?" ன்னு கேட்டது. இப்படி விசாரிச்சாலே சிக்கல் ஆரம்பமாகி விட்டது என்றுதான் அர்த்தம். "இமயமலை சிவபெருமானுக்கு மாமனாராகிவிட்டது. மேருபர்வதமோ தங்கமலை. கைலாச மலையோ பரமசிவனோட வாசஸ்தலமாயிருக்கிறது. கந்தமாதனமோ மூலிகை மலை. மேருமலையைத் தினமும் சூரியன் சுற்றுவதாலே அதற்கு ரொம்ப அகம்பாவம். நீதான் பாவம், இந்திர னோட எதிரியாயிட்டே" அப்படீன்னார் நாரதர். இவ்வளவு போதாதா! "நான் இருக்கிறதை எல்லாரும் உணரச் செய்கிறேன். சூரியன் எப்படி சுற்றுகிறானென்று பார்க்கறேன்" என்று சொல்லி வளர்ந்து கொண்டே சென்றது விந்தியமலை. அருணனாலே அதைத்தாண்ட முடியலே! தேவர்கள் மகா விஷ்ணுகிட்டே முறையிட, பெருமாள் "அகஸ்தியர் காசியிலே இருக்கார். அவர்

தான் விந்தியத்தை அடக்குவார்" என்றார். எல்லாரும் அகஸ்தியர்கிட்டே போய் சரணடைந்தனர்.

அகஸ்தியர் விந்தியமலை கிட்டே போய் "நான் பொதிகை மலைபோக வேண்டும். வழிவிடு. நான் திரும்பி வந்த பின் உயரலாம்" என்றார். விந்தியம் இயல்பு நிலையை அடைந்தது. அகஸ்தியர் திரும்பி வரவேயில்லை! அகஸ்தியர் இந்த வடிவம், இந்த நிறம் என்று உருவகப்படுத்தாமல் ஜகத்தாத்ரியாக, தாரிணியாக தேவியை வழிபட்டு வந்தார். அவள் ஈஸ்வர பாவத்தை அளிப்பவள். ஈசனில் பாதியான அவளிருக்கும் பாகமான இடது காலால் யமனை உதைத்திருக்க மார்க்கண்டேயரைக் காப்பாற்றினதில் சிவனுக்கென்ன சம்பந்தம்?' என்று கேட்கிறார் ஆனந்த ஸாகரஸ்தவத்தில் நீலகண்ட தீக்ஷிதர்.

அந்த அமிர்தேஸ்வரியோட அருளாலேதான் விந்திய பர்வதத்தை அகஸ்தியர் தணிய வெச்சார். 46ஆவது ஸ்தோத்திரம் ஈசானனிலிருந்து பிரம்மா வரை ஐந்து மூர்த்தியாகவும் அவள்தான் இருக்கிறாள். கட்டில் காலாயிருக்கிறவளும் அவள்தான். சதாசிவன் மடியிலே தலைவெச்சுப் படுத்துக்கொண்டிருக்கிறவளும் அவள்தான்! பிரம்மா, விஷ்ணு, ருத்ரன், ஈசானன் இவா சக்திகளோட கூடியிருந்தா பஞ்ச ப்ரம்மம். பிரிஞ்சுட்டா பஞ்ச ப்ரேதம். சக்தியில்லாதவனை பூமி தள்ளிடறது. ஜீவன் மட்டுமே இருந்தா 'கோமா' என்று சொல்கிறார்கள்.

இது லலிதாஸஹஸ்ரநாமாவிலே 249-ஆவது ஸ்லோகமா வரும். அவர்களைப் பிரேதங்களாகாம காப்பாத்தறவ தான் சக்தி. இதைத் தான் "பாங்க்தம் வா இதம் ஸர்வம்' என்கிறது தைத்ரியோபநிஷதம்.

சிருஷ்டிக்கும்போது பிரம்மாணியாகவும், ரட்சிக்கும்போது கோவிந்த ரூபிணியாகவும், ஸம்ஹாரம் செய்யும் போது ருத்ர

ரூபிணியாகவும், அனுக்கிரஹம் செய்யும் போது சதாசிவ சொரூபிணியாகவும் இருக்கிறாள். இதற்குப்பேர் பஞ்ச கிருத்தியம்.

அஷ்ட சித்தியாயிருக்கிறவளும் அம்பிகை தான். சித்தர்களுக்கு எட்டு சித்திகளைக் கொடுக்கிறவளும் அவளே தான். இல்லேன்னா அகஸ்தியரால் கடலைக் குடிக்க முடியுமா? அனுமாரால் சமுத்திரத்தைத் தாண்டத்தான் முடியுமா? அவர் சாவித்துவாரம் வழியாக உள்ளே நுழைந்து இலங்கை முழுதும் தேடினது எப்படி? பலசாலியான பீமனாலே எப்படி அனுமார் வாலை அசைக்க முடியாமல் போயிற்று? அதே அனுமாராலே சீதை மணலால பிடிச்ச லிங்கத்தை அசைக்கக் கூட முடியலையே! அருணகிரி நாதர் பாரிஜாதம் கொண்டு வர எப்படிப் பறக்க முடிந்தது? எல்லாம் அன்னையோட சித்திதான்!

திருஞானசம்பந்தரோட எத்தனை பேர் நெருப்புக்குள்ளே போனா! அவாளுக்கு பயமாயில்லையா? அது அக்னியைக் கட்டற சக்தி. அக்னி பனிமலை மாதிரி குளுகுளுன்னு ஆயிடும். அப்புறம் பயமாவது! பிரகலாதனையும், திருநாவுக்கரசரையும் லகிமா என்கிற சித்தியாலே லேசாக்கி மிதக்க வைத்ததும் அவ சக்திதான்! ஸ்ரீகிருஷ்ண பரமாத்மா கனமாகி திருணாவர்த்தன் என்கிற அசுரனைக் கீழே போட வைச்சதும் அவளுடைய சக்திதான். வாமனராயிருந்தவர், திரிவிக்ரமனா விஸ்வரூபம் எடுத்ததும் அஷ்டமா சித்திதான்!

ஒரு துரும்பைப் போட்டு அக்னியாலே எரிக்க முடியாம, வாயுவாலே அசைக்க முடியாமப் பண்ணினவளாச்சே! எல்லாத்துக்கும் சாட்சியாயிருக்கிறவள் அவள். நினைத்த மாத்திரத்தில் கோடி பிரம்மாண்டங்களை அவளால் சிருஷ்டிக்க முடியும். நாம்தான் அவளை நினைப்பதில்லே! நம்மாலேயே எல்லாம் சாதிக்க முடியும் என்று நினைக்கிறோம். அவளைத் துணைக்கு அழைத்துக் கொண்டவர்கள், மிக உயரத்திற்கு

செல்கிறார்கள்! ஈஸ்வரனை கணவனாக கொண்டவள். வேதங்களிலும், ஆகமங்களிலும், புராணங்களிலும் போற்றப்பட்டவள். நவராத்திரி பூஜை பண்ணித்தான் ராமர் ராவணனை ஜெயிச்சதா தேவி பாகவதம் சொல்கிறது! பரமசிவத்தோட பாதி சரீரமே அவதான்! அப்படி ருத்ரனோட கலந்ததாலே அவருக்கு ஔஷதமாகவும் உள்ளாள்.

சியமந்தகமணிக்காக ஜாம்பவானோட கிருஷ்ணர் சண்டை போட்டுக் கொண்டிருக்கார். கிருஷ்ணருக்கு அந்திம காலம் ஏற்பட்டதாக குகைக்கு வெளியிலே காத்துக்கொண்டிருந்தவா போய் வசுதேவர் கிட்டே சொல்கிறார்கள். வசுதேவர் புலம்புகிறார். நாரதர் வந்து "தேவியை பூஜை பண்ணுங்கோ. கல்யாண கிருஷ்ணனா திரும்பி வருவார்" என்கிறார். அந்தப்படி துர்க்கா பூஜை பண்ணினார் வசுதேவர். பழி விலகியதோடு ஜாம்பவதி, சத்யபாமா என்கிற இரண்டு பெண்களை விவாகம் பண்ணிக்கொண்டு நலமாக திரும்பி வந்தார் கோபாலன்.

இதை நான் சொல்லலே. ஸ்ரீருத்ரம் இதை சொல்கிறது. அவள் ஈஸ்வரனுக்கும் அதி தேவதை. இந்த லோகத்தைப் படைச்சு, காத்து, அழிச்சு பாப, புண்ணியங்களை பண்ண வைத்து, இந்த கொடுக்கல்-வாங்கலில், இந்த வியாபாரத்தில் அவளுக்கு அலுப்பே ஏற்பட்டதில்லை! அவள் ஓய்வெடுத்துக் கொள்ளும் போது வருவதுதான் ஊழிக்காலம்!

அப்போ ருத்ரன் தாண்டவம் செய்வார். அதற்குத் தாளமிடுவாள் சக்தி. அப்பேர்ப்பட்ட சதி, தீயிலே குதிச்சுட்டான்னதும் தட்ச யாகத்தை அழிச்சதோட ருத்ரனோட கோபம் அடங்கலே! தாட்சாயணியோட சரீரத்தை சுமந்துகொண்டு கோர தாண்டவம் ஆடறார். அவரோட பாதி உடம்பு எரியறது. ஒரு பாதி எரியறப்போ இன்னொரு பாதி குளுகுளு என்றா இருக்கும்! தேவியோட தேகம் துண்டு துண்டா விழுந்த பிறகு சக்தியிழந்து, யோக நித்திரையிலே ஆழ்ந்து

விடுகிறார் சிவன். அவர் நடராஜர்னா, அம்பாள் சிவகாமி. சிவனுடைய பிரியத்துக்குரியவள். தட்சயாகத்துல உங்களுக்கு அவிர்ப்பாகம் கொடுக்கவில்லை என்று புகார் சொல்லிக் கொண்டு அவள் கைலாசத்துக்கு ஓடவில்லை. அவனுக்குப் பெண்ணாக வளர்ந்த உடலை பாவ உடலாக நினைத்துத் தன்னையே அழித்துக் கொண்டாள்! ஒரு பர்த்தாவோட கௌரவம் பத்தினிக்கு எத்தனை முக்கியம் என்று நிரூபித்தாள்! தக்ஷப்பிரஜாபதியின் குமாரி என்கிறது அவள் போட்டுக்கொண்ட வேஷம். தட்சனோட வரத்துக்கான பலன்! அவ்வளவுதான். ஆனாலும் வேஷமே அவளுக்கு வெறுப்பாயிடுத்து. வேஷம் தானேன்னு ஒதுக்கலே! அதனாலேதான் ஈச்வரன் அவளை மடியிலே வைத்துக் கொண்டிருக்கார். புருஷனோட மூச்சுக்காத்தா பொண்டாட்டி இருந்தா அவளுக்கு எங்கேயும் இடம் கொடுக்கலாம் என்கிறது 56-ஆவது த்ரிசதிஸ்லோகம். யதா சிவஸ்-ததா தேவீ-யதாதேவீ ததாசிவ: தஸ்மா-தபேத-புத்த்யைவ சிவேதி கதயந்த்யுமாம்" என்கிறது லிங்க புராணம். சிவன் வேறு, சக்தி வேறு என்பதே கிடையாது. சிவன்தான் சக்தி; சக்திதான் சிவன்.

'ஈதி பாதா'-எதிர்பாராமல் ஏற்படும் கஷ்டங்கள். அதையும் நாசம் செய்வாள் அம்பிகை. நம்மிடம் பணம் இருப்பிலே இருந்தால் ஆபத்துக்கு உதவும். புண்ணியம் இருப்பிலே இருந்தால் தெய்வங்கள் கை கொடுக்கும். மேலே மேலே பூஜை பண்ணி புண்ணியத்தை சேர்த்துக்கணும். நாம் வசதியானவர்கள், பணத்தை நாணயமாகத் திருப்பிடுவோமென்று தெரிஞ்சா "பணம் வேணுமா! நாளைக்கு வங்கி விடுமுறையாச்சே நான் வேணா தரட்டுமா" என்று அக்கறையா விசாரிப்பா. நமக்கு நல்ல மனசிருக்கு. புண்ணியம் பண்ணி மறுபடி நிரப்பிடுவோம் என்கிற உத்தரவாதம் இருந்தா, தேவதைகள் எதிர்பாராத கஷ்டங்கள் வர்றப்போ உதவி பண்ணும்.

அடையப்படாததை அடைய வேண்டும் என்று ஆசைப்படாதவள் அம்பிகை. அவளுக்கு அடையப்படாததும் உண்டோ! ஆச்சர்யமாயிருக் கிறதில்லையா? ஒருத்தர் பெரிய தபஸ் பண்ணினார். அம்பாள் அனுக்கிரகம் செய்ய வராள். ராத்திரி நேரம். காலிலே கொலுசு மணிகள் ஜல் ஜல் என்கிறது. வாய் நிறைய தாம்பூலம். அவளைப் பார்த்து எவளோ தாசி என்று நினைத்து 'சீ' என்றார் தவசி. அப்போது அங்கே வாயை திறந்து கொண்டு தூங்கிக் கொண்டிருந்தான், மடப்பள்ளி வரதன். அவன் வாயிலே தாம்பூலச் சாற்றை உமிழ்ந்து விட்டுப் போகிறாள் அகிலாண்டேஸ்வரி. அவன் காளமேகமாய் கவி மழை பொழிகிறான்.

'அங்கே என்னையா தாசி என்றாய்? நான் அம்பாளாக்கும்' என்று தன்னை அறிமுகப்படுத்திக்கவில்லை தேவி. அது அடையப் படாத இடம் என்று ஒதுங்கிட்டா. ஈஸ்வரனுடைய சக்தி அவள். அவள் முகம் எப்பொழுதும் புன்னகையோட பிரகாசமாயிருக்கும். சில ஸ்த்ரீகள் ரொம்ப லட்சணமாயிருப்பா. ஆனால் அவா முகத்திலே சிரிப்பே வராது. சிலபேர் ரொம்ப சுமாராயிருந்தாலும் சிரிச்ச முகமா இருப்பா. ஸ்த்ரீகள் சிரிச்ச முகமா இருந்தா வீட்டுக்கே லக்ஷ்மீகரம். அதுக்காக அட்டகாசமா சிரிக்கக்கூடாது. புன்சிரிப்புதான் கம்பீரம்!

நான்காவது எழுத்து 'ல'

பஞ்ச தசாக்ஷரியின் நாலாவது எழுத்துதான்'ல'. 'லகார ரூபாயை' என்று அர்ச்சனை பண்ணுகிறோம். 'ல'ன்னு சொன்னாலே ஒரு மென்மை மனதைப் பரவசப்படுத்துகிறது. 'லஹரி'ன்னா வரிசை. பண்டாசுரனை வதைத்தவள் லலிதை. 'லாலி'ன்னு பாடி குழந்தையைத் தூங்க வைப்பார். நமக்கெல்லாம் லாலி பாடுபவள் லோகமாதா! லக்ஷ்மியா, சரஸ்வதியா இருந்து தன்னைத்தானே நமஸ்காரம் பண்ணிக்கறவளும் அவதான்!

தான் வயித்துலே சுமந்த குழந்தை, பிறந்து பெரியவாளாகி தன்னையே சேவிக்கிறதில்லையா? அந்த மாதிரி செல்வமாயும், வித்தையாயும் இருக்கிறவள் லோக மாதாதான்.

த்ரிசதியிலே 64 ஆவது ஸ்தோத்திரம் லாகினீ. இந்த லாகினீ என்கிற பேர் லலிதா ஸஹஸ்ரநாமத்திலேயும் 503 ஆவது நாமாவளியா வரும். அடுத்த வாக்கியம் பெண்களெல்லாம் அம்பாள் சொரூபம் என்கிறது. அதனாலேதான் ஸ்த்ரீகளை அவமதிப்பவர்களின் செல்வம் கரைந்துவிடுகிறது.

ஒரு பெண் மிகவும் அவலட்சணமா இருந்தாள். கல்யாணமும் ஆகலே. வயது நாற்பதைத் தாண்டிவிட்டது. பல் எடுப்பாக

இருந்தது. ஒரு வீட்டுக்கு கொலுவைப் பார்க்க ஆசையா வந்தா. வீட்டு எஜமானர் "நீ சுமங்கலியும் இல்லே!, உனக்கு முக லட்சணமும் இல்லே. அப்படி ஓரமா உட்கார்" என்று ஒரு மூலையைக் காட்டினார். கொஞ்ச நேரத்திலே அவளைக் காணலே.

"அன்னிக்கு ராத்திரி தூஷிச்சவரோட பேத்திக்கு 'இசிவு' வந்துடுத்து. துர்க்கே காப்பாத்து" ன்னு புலம்பினார். டாக்டர் கிட்டே அழைத்துக்கொண்டு போய் குழந்தைக்கு குணமானது.

அன்னிக்கு ராத்திரி பெரியவர் கனவுலே காளி வந்து "நான்தான் அழகா இல்லியே! என்னை ஏன் கூப்பிட்டே! என் பல்லு கூட துருத்திண்டுதான் இருக்கும். நான் சிரிச்சா பயமா இருக்கும். மகிஷாசுரமர்த்தனி வந்தா மூலையிலேதான் உட்காரச் சொல்லுவியா?" என்று கேட்டா.

பெரியவருக்கு தொப்பலாக வியர்த்துவிட்டது. அதன்பிறகு கொலுவுக்கு கொலு அந்தம்மாவைத் தேடறார் அவர். தெரிந்த பிறகு தென்படுவாளா? ஸ்த்ரீகள் வடிவிலே பிரத்யட்சமாய் காணப்படுகிறவள் அவள். மலர்ந்த மாதுளம் பூவும், பாதிரிப்பூவும் எப்படி இருக்குமோஅப்படி இருக்கிறாள் என்கிறது அடுத்த வரி.

அர்த்தம் புரிஞ்சாதான் ரசிக்க முடியும்! நெத்திச்சுட்டி பிரகாசிக்கிறது என்கிறது, அடுத்த நாமாவளி. கிருஷ்ணர் நெத்திச் சுட்டியோட அலைந்தார். கல்யாணப் பொண்ணுக்கு நெத்திச்சுட்டி வைத்து அலங்காரம் பண்றா. நெற்றிக் கண்ணையுடைய ருத்திரனால் அவள் பூஜிக்கப்படறாள் என்கிறது அடுத்த ஸ்லோகம். சௌந்தர்ய லஹரியிலே முதல் 41 ஸ்லோகமும் சிவ பெருமான் பண்ணினதுதான். ஆதி சங்கரபகவத் பாதாள் அதை எடுத்துக் கொண்டு வரும் போது நந்தி பார்த்து பிடுங்கறார். ஆசார்யாள் கைக்கு வந்தது 41. மீதி-

59-ம் அவர் வாக்கிலேயிருந்து வந்தது. அதுதான் சௌந்தர்யலஹரி. கைலாசத்துலேயிருந்து வந்த 41-ம் ஆனந்த லஹரி.

உத்தர கௌலம் என்கிற மதத்தில் தனியா சிவ பூஜை செய்யறதில்லே! சக்தியிலேயே சிவன் ஐக்கியம். எல்லா லட்சணமும் இருந்தா மட்டும் போதாது. அது பிரகாசிக்கணுமில்லியா! பல்வரிசையா இருக்குங்கறதைச் சிரிச்சாதான் தெரிஞ்சுக்கலாம். கால் கோணலா இல்லேங்கறதை நடையாலே தெரிஞ்சுக்கலாம். காது அழகா இருந்தாப் போறாது. தீர்க்கமா கேட்கவும் வேணும். மூக்குக்கு அழகு வாசனை பிரிச்சுச் சொல்றது. தலைக்கு அழகு வலிக்காம இருக்கறது.

அந்த மாதிரி பிரகாசிக்கிற திவ்வியமான அங்கம் தேவிக்கு என்கிறது, 69-ஆவது நாமாவளி. ஆகாசத்துக்கு சூரியன், சந்திரன், நட்சத்திரங்கள் அழகு. காற்றுக்கு பூக்களோட வாசனை அழகு. ஓடினா நதி; தேங்கினா குட்டை; கொட்டினா அருவி; ஆர்ப்பரிச்சா சமுத்திரம். எல்லாமே ஜலம்தான்! ஆனாலும் தேங்கினதை யாரும் ரசிக்கிறதில்லே! லட்சம் கோடி அண்டங்களுக்கு நாயகியான அவ சில சமயம் ஓடறா! சிலசமயம் அருவியா கொட்டறா! ஆனா யார் கிட்டேயும் தேங்கி நிற்கறதில்லே! அவளுக்கு நிற்க அவகாசமுமில்லே! பூமிக்குத் தாவரங்கள் அழகு! மாடமாளிகைகள் அழகு! தரிசாக் கிடக்கிற நிலத்தை யாரும் திரும்பிக் கூடப் பார்க்கிறதில்லே!

மனசையும் தரிசாப் போடப்படாது. அசுத்த எண்ணம் என்கிற முள்ளுச் செடிகளை வளரவிடப்படாது. மற்றவர்களிடம் காட்டும் வாத்ஸல்யம்தான் பழம், பூ எல்லாம்.

நீங்க, உங்க குழந்தைகள் 'நேர்மையா இருக்கணும். நல்லபேர் எடுக்கணும், கைநிறைய சம்பாதிக்கணும். தன்னை அக்கறையா

காப்பாத்தணும்' என்கிறதை லட்சியமா வைத்திருப்பதைப் போல் அம்பாளும், 'நீங்க நீதி நியாயத்தோட நடந்துக்கணும்; சோம்பேறியாயில்லாம உழைச்சு முன்னுக்கு வரணும், தன்னை ஆசையோட வழிபடணுமென்று எதிர்பார்க்கிறா'. அப்படிச் செய்கிறவர்களை அவளுக்குப் பிடிக்கறது. மென்மேலும் அனுக்கிரகம் செய்கிறாள்! புடவைத் தலைப்பைப் பிடித்துக்கொண்டு பின்னாலேயே அலைகிற குழந்தையை விட சமர்த்தா பள்ளிக்கூடம் போய் நன்றாகப் படிக்கிற குழந்தை கிட்டே தாயாருக்குப் பிரியம் அதிகமாயிருக்கும். தேவியும் அப்படித்தான். மூணு காலமும் பூஜை பண்ணிட்டு கோழையா எந்த முயற்சியும் செய்யாதவனை விட, பாடுபட்டு உழைத்து மற்றவர்களுக்கு உபகாரமாயிருப்பவர்களுக்கு மூணாவது கையா, துணைக்கு வருவா.

பவளம் போல் உதடுங்கறோம். அப்போ அம்பாள் உதடு கடினமானதா? செம்பருத்தி பூப்போலன்னு சொன்னா செம்பருத்தி மறுநாள் அழுகிடுமே! மூங்கில் போல் தோளுன்னா மூங்கில் உடையுமே ! யானைத் துதிக்கை போல் தொடைன்னா, சரியா வரலியே! அதிலே உள்ள சொர சொரப்பு இதிலே இல்லே! அது சுப்ரமண்யரும், விநாயகரும் உட்காருகிற இடம்! கோபம் வந்தா தும்பிக்கையாலே யானை தூக்கி எறிஞ்சுடறதே! யானைக்கு உணவை வாய்க்கு ஊட்டுகிற கையும் அதுதான்! அதனாலே இப்படித்தான்னு உதாரணம் சொல்லி அவளை அடையாளம் காட்ட முடியாது.

நல்ல குழந்தைகளாய் உருவாகி பூமியில் சாதனை பண்ணிட்டு வர தன் குழந்தைகளைப் பார்த்ததுமே அவளோட எல்லா ஆசையும் பூர்த்தியாகிறதா அவ நினைக்கிறா! அவ பூங்கொடிபோல மென்மையானவ; அழகான அவ சிவம் என்கிற விருட்சத்திலே படர்ந்திருக்கிறா! மல்லி, முல்லை, இருவாட்சி யெல்லாம் கொடியிலேதான் பூக்கிறது! அஷ்டமி சந்திரன் போல

இருக்கிற நெற்றியிலே கஸ்தூரிப் பொட்டு துலங்கறதாம்! கஸ்தூரிக்கு ரணத்தை ஆற்றுகிற மருத்துவ குணமுண்டு.

அந்த நாட்களில் கஸ்தூரிமஞ்சள் சேர்த்துத்தான் சாந்துப் பொட்டு தயார் செய்வார். அதை இளம் வயசு ஸ்த்ரீகளுக்கு, ஒரு வயசுக்குள்ளே இருக்கிற குழந்தைகளுக்கு இடுகிறது வழக்கம். கஸ்தூரிமஞ்சளைக் கண்டால் ஆவிகள் தொலைவில் நிற்கும். தன்னை தரிசிக்க வருகிற பக்தர்களைப் பூதப் பிரேதப் பைசாசங்கள் கிட்டேயிருந்து காப்பாத்தத்தான் தேவி கஸ்தூரிப் பொட்டு வைச்சுக்கறாளாம். அவாளோட மனக் காயங்களையும் அவதானே ஆற்றியாகணும்!

அழகா தொங்கத் தொங்க முத்துமாலை போட்டுக்கொண்டு இருப்பதாக 76-ஆவது வரி சொல்கிறது. மன சஞ்சலத்தைப் போக்கற சக்தி முத்துக்கு உண்டு. நல்ல முத்து, இளைப்பு நோயை குணப்படுத்தும்.

"தாடை வீங்கினா பொன்னுக்கு வீங்கி; சித்தங் கலங்கினா முத்து மாலை" என்று ஒரு பழமொழி சொல்வா. புத்தி தடுமாறாம காப்பாத்தற சக்தி நல்ல முத்துக்களுக்கு உண்டு. விசேஷ நாட்களிலே கோவிலுக்குப் போகச் சொல்லி கட்டாயப்படுத்துவர் வீட்டிலுள்ள பெரியவர்கள். "அலங்காரம் கலைக்கறதுக்குள்ளே போயிட்டு வா" என்று நச்சரிப்பார்கள். வருஷா வருஷம் பார்க்கறதுதானே என்று நினைக்கக்கூடாது. அத்தனை நவரத்தினங்களை சாதாரணமானவர்கள் சேர்ந்தாற்போல் பார்க்கமுடியாது. ஒவ்வொண்ணுக்கும் ஒவ்வொரு பலம் உண்டு. தரிசிக்க வருகிற பக்தர்களோட மனக்குழப்பத்தைத் தீர்க்கறதுக்காகவே அவ முத்து மாலைகளைச் சூட்டிக்கறாளாம்!

தன் சரீரத்திலுள்ள மஞ்சளைத் திரட்டி அதிலேயிருந்து கணபதியை உருவாக்கினா பார்வதி என்கிறது விநாயக புராணம். அவர் யானைமுகாசுரனை சம்காரம் பண்ணினார். தம்பி முருகன்

குறப்பெண்ணை கல்யாணம் பண்ணிக்க ஒத்தாசை பண்ணியிருக்கார். அம்மா, அப்பாவைச் சுற்றி வந்தா உலகத்தையே சுத்தின மாதிரி என்று புரியவைத்தவர். தானே எல்லாத்தையும் சொல்ல அம்பாளுக்கு சிரமமாயிருந்தது. லம்போதரன் மூலமாக புரிய வைத்தாள்.

அழிவு என்பது அவளுக்கில்லை! தக்ஷயாகத்துலே, தக்ஷனாலே வளர்க்கப்பட்ட உடலைத்தான் எரிச்சா. இன்னோரிடத்திலே பர்வத ராஜகுமாரியா மலர்ந்தாள். சில வீடுகளிலே நகையை தட்டான்கிட்ட கொண்டு போகாம கடையில கொடுத்து வேறு நகை வாங்கிப்பாங்க கடையிலே போட்டாலும் அவர்களும் உருக்கி வேறு நகையாகத்தான் செய்யப் போகிறார்கள்! இங்கே தேவி தன்னை உருக்கிண்டா! பிடிக்கலேன்னா உருக்கித் தானே ஆகணும்! தேவி பத்தரைமாற்றுத் தங்கம். நெருப்பிலிட்டாலும் அழிவில்லை. தன் அங்கம் விழுந்த இடமெல்லாம் சக்தி பீடங்களாக அருளுகிறாள். தன்னை அண்டி வந்தவர்களோட பாபத்தைப் பொசுக்குகிறாள்.

அவள் எப்போது வெட்கப்படுவாள்? லோகத்தையே படைச்சுட்டு அவ மறைந்து இருக்கும் போது ஒரு வீட்டைக் கட்டிட்டு பெருமையடிப்பவர் களைப் பார்த்து நாணப்படறாளாம்! இத்தனை புதையலை பூமிக்குள்ளே வைச்சிருக்கிறவ அம்பாள்! கொஞ்சத்தைக் கண்டு பிடிச்ச மனுஷன் படாடோபமா நடக்கறதைப் பார்த்து வெட்கி மறைஞ்சுக்கறா. அந்தரங்கமா அவளைப் புரிஞ்சுக்கறவாளுக்கு மட்டுமே அவள் தரிசனம் கிடைக்கிறது!

ஐந்தாவது மந்திரம் 'ஹ்ரீம்'

மடைப்பள்ளியில் வேலை செய்த வரதன் வாயிலே தாம்பூலத்தை உமிழ்ந்தா! அவன் காளமேகமானான். நுனிக் கிளையிலே உட்கார்ந்து அடிக்கிளையை வெட்டின அசடன், அவளோட அருளாலே காளிதாசனாகி கவி மழை பொழிந்தான். ஊமையை மூக கவியாக்கினவள் அவள். அவளுக்கேது அழிவு! பஞ்ச தசாக்ஷரீயின் ஐந்தாவது எழுத்து 'ஹ்ரீம்'' ஹ்ரீங்கார ரூபமாயிருக்கிறவ அம்பிகை.

உதத்தியன் என்கிற பிராம்மணப் பையன் ஊமையாகவும் மூடனாகவும் இருந்தான். அவன் ஒரு பன்றியைக் காப்பாற்ற "ஹ்ரூம்'' என்ற வார்த்தையை உச்சரிச்சான்! 'ஹ' என்கிற அந்த முதல் எழுத்தும், உயிர்கள் கிட்டே அவன் காட்டின விசுவாசமும் அவனை மகாபண்டிதனாக்கியது. 'ஹ்ரூ' என்கிறதும் பீஜாக்ஷரமாச்சே! ஹ்ரீங்காரத்தையே இருப்பிடமாகக் கொண்டவள் தேவி. 'ஹ்ரீம்' என்கிற வார்த்தையில் பிரியமுடையவள்.

ஹ்ரீம் என்கிறது புவனேஸ்வரி பீஜாட்சரம். வேறு மந்திரம் வாயில் நுழையாதவர்கள் இதை ஜபித்து வந்தாலே போதும். 'ஹ' என்கிறது சிவனையும், 'ர' என்கிறது சக்தியையும், 'ஈ' என்கிறது

விஷ்ணுவையும் குறிக்கிறதாகையால் நல்ல முன்னேற்றங்களையும், காரிய சாதனை யையும் பெற முடியும். 'ஹ்ரீம்'கார ஜபத்தால் அம்பிகை ஆனந்தப்படுகிறாள்.

ஹ்ரீங்காரத்தோடு கூடியிருப்பவள் அவள். நாம் சொல்கிற ஒவ்வொரு ஹ்ரீமும் அவளுக்கு ஒவ்வொரு நவரத்தினக் கல்லா மாறி ஒரு அற்புதமான ஆபரணமாகிறது என்கிறது த்ரிசதியின் 89 ஆவது ஸ்லோகம்.

சீலம்னா என்ன? சிருஷ்டிக்கும் சமயம் பிரம்மாகிட்டேயும், ரட்சிக்கும் சமயம் பெருமாள்கிட்டேயும், பூலோகத்தோட ஒவ்வொரு பக்கமா குப்பைகளை அழிக்கும் போது ருத்திரன் கிட்டேயும் கலந்துருக்கா. இதைத்தான் அடுத்த ஸ்லோகம் சொல்கிறது.

ஹ்ரீம் ஏகாக்ஷர மந்திரம். வெறுமனே ஹ்ரீம் என்று சொல்லிக்கொண்டிருந்தாலே போதும். அவர்கள் நலமுடன் இருப்பர். ஆதிபராசக்தியாக தன்னோட கர்ப்பத்திலே முத்தொழில் புரிபவர்களையும் வைத்துக் கொண்டிருந்தவள் அவள். கர்ப்பத்திலே புள்ளியா இருக்கிற கருதான் பிறந்து வளர்ந்து பெற்றவர்களுக்குத் தலைவலியாக மாறுகிறது. ஹ்ரீங்காரின்னே அவளுக்கொரு பெயருண்டு. ஹ்ரீம்னா என்ன அர்த்தம்? அவதான் அர்த்தம்! அவளோட தோலே ஹ்ரீம்தான்! உதிரமே ஹ்ரீம்தான்" "ஓம் ஹ்ரீம்நம:"ன்னு ஸ்ரீசக்ரத்திலே பூவைப்போட்டு மகான்களெல்லாம் அவள் பிரியத்தை சம்பாதித்துக் கொண்டிருக்கின்றனர்.

ஹ்ரீங்காரத்துக்கு ஆதாரமாயிருக்கறவளும் அவள்தான்! ஒரு குருகிட்டே உபதேசம் வாங்கிண்டுதான்'ஹ்ரீம்' என்று ஜபிக்கலாம். அது பெற்றவர்கள் பார்த்து கல்யாணம் பண்ணி வைக்கற மாதிரி. முறைப்படி படித்து பட்டம் வாங்கறது மாதிரி. அப்போதுதான் அஞ்ஞானம் விலகும். சிந்திக்கற சக்தி வளரும். முக்தி கிடைக்கும்.

ஆறாவது எழுத்து 'ஹ'

மந்திரங்களாலானது தான் தேவியோட சரீரம். பஞ்ச தசாக்ஷரியின் ஆறாவது எழுத்து'ஹ'. இது கோடி ஸுர்யப் பிரகாசத்தோடு கூடிய காமராஜபீடம், அனாஹதத்திலிருந்து கிளம்பி ஆக்ஞாசக்கரத்தை எட்டுகிறது. காமம், குரோதம் முதலான சத்ருக்களை அழிக்கிறது. ஹலம்னா கலப்பை, கலப்பையை ஆயுதமாகக்கொண்டவர் பலராமர். ஒரு சமயம் கலப்பையை அஸ்தினாபுரக் கோட்டையிலே மாட்டி அதை அசைச்சுட்டார். பிறகு துரியோதனாதியர் மன்னிப்புக் கேட்டுக்கொண்டு லக்ஷ்மணை என்கிற கன்னிகையை ஜாம்பவதியோட பிள்ளை சாம்பனுக்கு விவாகம் பண்ணி வைச்சா. அஸ்தினாபுரம் இன்னிக்கும் கொஞ்சம் சாய்ந்திருக்கிறதா விஷ்ணு புராணம் சொல்கிறது. அப்படி ஒரு பலம் பெற, பலராமர் சக்தியை உபாஸனை செய்கிறார்.

மான் போல விழி என்று அடுத்த வரியிலே சொல்லப்பட்டிருக்கு. ஸ்த்ரீகள் பயந்தவர்கள். மான் எப்பவும் நரி, புலி, சிங்கம் இது போல மிருகங்கள் வருகிறதா என்று மருண்டு போய் பார்த்துக்கொண்டிருக்கும். சம்காரம்

பார்வையிலே தெரிஞ்சா சிவன் நெருங்கமாட்டார் இவள் சிவப்ரியை.

சிவனோட ஆராதனைதான் ஸௌந்தர்யலஹரியின் முதல் 41 ஸ்லோகமும். நந்தி, மீதியை சங்கர பகவத்பாதாள் கிட்டேயிருந்து பிடுங்கிக் கொண்டுவிட்டார். அதுக்கு ஆனந்த லஹரின்னு பேர்.

பூர்வ ஜென்மங்களிலே புண்ணியம் பண்ணியிருந்தாதான் அம்பாளை வழிபட முடியும்!

பிரம்மா அவளோட பாததூளியை சேமிச்சு வைத்து கொண்டிருப்பதால்தான் இந்த உலகத்தை விதவிதமான கற்பனைகளோட சிருஷ்டிக்க முடிகிறது. ஹரியும், இந்திரனும்கூட அப்படித்தான்! மது-கைடபர்னு இரண்டு அசுரர்கள். அவர்களுடன் எத்தனையோ வருஷம் சண்டை போட்டும் மகாவிஷ்ணுவால் ஜெயிக்க முடியலே! அம்பிகையைப் பிரார்த்தித்தார். ஏன்னா அந்த ரெண்டு அசுரர்களும் சக்திகிட்டே வரம் வாங்கினவர்கள். எப்படி? அவர்கள் ஆசைப்பட்டாதான் மரணம் சம்பவிக்கும். அதுவும் விருப்பப்பட்ட நேரத்திலே, ஆசைப்படற விதத்திலே!

ஜகன் மோகினியா வந்தா! சும்ப நிசும்பரும், மஹிஷாசுரனும் ஆசைப்பட்ட மாதிரி மது கைடபாளும் ஆசைப்பட்டனர். அம்பாள் பேசினதுமே சரஸ்வதி தன்னோட 'கச்சபி' என்கிற வாத்தியத்தைமூடி வைச்சதா ஆதி சங்கர பகவத் பாதாள் சொல்லியிருக்கார். அப்படியிருக்கிறப்போ பாடினா கேட்கணுமா? மதுகைடபர்களுக்கு யுத்தம் செய்கிறதிலே சுவாரஸ்யம் போய்விட்டது.

அந்த சமயத்திலே மஹாவிஷ்ணு "ரொம்பத் திறமையா யுத்தம் பண்ணினீர்கள். என்ன வரம் வேண்டுமோ, கேளுங்கள்" என்றார். மமதைதான் யாரையும் அழிக்கிற ஆயுதம். மதுகைடபர்களுக்கும் அது வந்தது.

"தோற்றுப்போன நீ எங்களுக்கு வரம் கொடுக்கறதாவது! நாங்க தரோம். என்ன வேணுமோ, வாங்கிக்கோ"ன்னா. இவ்வளவு போதாதா! "உங்களைக் கொல்ல வரம் தர வேண்டும்" என்றார் விஷ்ணு.

'அடடா, வாக்குக் கொடுத்துட்டோமே! மாற முடியாதே! பழி வாங்கிட்டாரே' என்று யோசிச்சா. அதிலேயும் ஒரு முடிச்சைப் போட்டா. அது ஊழிக்காலம். எங்கே பார்த்தாலும் ஜலமயம்.

"ஜலமில்லாத விசாலமான இடத்திலே நீ எங்களை சம்ஹரிக்கலாம்' என்றார்கள். ஜகந்நாதன் விஸ்வரூபமெடுத்தார். தொடையே பூமி மாதிரி தெரிஞ்சது. ஆனாலும் அவர்களும் விடவில்லை. ஆயிரம் யோஜனை நீளமாக உடம்பை பெருக்கினர். பெருமாளும் அதைப்போல இரண்டு பங்கா பெருகினார். பிறகு விஷ்ணுவின் தொடையில் அவர்கள் தலை வைத்த சமயம் சுதர்சனம் அவர்களின் தலையை அறுத்தெறிந்தது. நாராயணன் தொடையிலே உயிரைவிட எத்தனை புண்ணியம் பண்ணியிருக்கவேண்டும்!

நூறு வருஷம் அசுரர்களோடு யுத்தம் செய்தோம். அசுரர்களையெல்லாம் தேவியோட அருளாலே பாதாளத்துக்கு விரட்டிட்டோம் என்பதை எல்லாம் இந்திரன் மறந்துவிட்டான். அகங்காரம் வந்துவிட்டது. அந்த கர்வத்தைப் போக்க யக்ஷரூபமா தேவி வந்தாள். இந்திரன் அக்னியை அனுப்பி "அவன் கதையை முடிச்சுட்டுவா" என்றான்.

"நீ யார்" என்று அக்னி கேட்டான். "நீ யாருன்னு முதல்லே சொல்லு"ன்னான் யக்ஷன். "நான் எல்லாவற்றையும் பொசுக்கிடுவேன். என் பேரு ஜாதவேதன்" என்றான் அக்னி.

"சரி. முதலில் இந்தத் துரும்பை எரிச்சுடு"ன்னா தேவி. அக்னி எத்தனையோ பிரயாசைப்பட்டும் அந்தத் துரும்பை எரிக்க முடியலே!

அக்னி இந்திரனிடம் போய் "நமக்கெதற்கு வேண்டாத வேலை! ஒரு துரும்பைப் போட்டு எரிங்கறான். அந்தத் துரும்பு அசையக்கூட இல்லை. நாம நம்ம வழியைப் பார்ப்போம்" என்றான்.

"அமராவதியையே கட்டி ஆள்கிற நம்மாலே முடியாத காரியமா? வாயு! நீ போய் அந்தத் துரும்பைக் கடல்லே வீசிட்டு அவன் யாரு என்று தெரிந்துகொண்டு வா" என்றான் இந்திரன்.

வாயு போய் அந்தத் துரும்பை நகர்த்த முடியாம திரும்பி வந்தான். அடுத்து இந்திரனே போனான். தேவி மறைந்து விட்டாள். இந்திரன் இதை அவமானமாக நினைத்தான். "யக்ஷ ரூபமே ஏன் காணாமல் போய் விட்டாய்? நான் உன்னிடம் சரணடைந்து விட்டேன்" என்று கூப்பிட்டான். "லட்சம் வருஷம் ஜபம் பண்ணினாதான் என்னைப் பார்க்க முடியும்" என்றது அசரீரி.

அப்படியே தியானம் பண்ணினான் இந்திரன். சித்திரை மாசம் நவமியன்று மதியம் அம்பாள் பிரத்யட்சமானாள். 'ஹ்ரீம்'னு சொல்லி தேவியை தரிசித்தான். இந்திரன், அவளை பூஜித்த கதை இதுதான்.

ஹய-ன்னா குதிரை. குதிரை முகம் கொண்டவள் அச்வாரூடை. தேவியின் 'பாச'த்திலிருந்து தோன்றியவள் இவள். கோடிக்கணக்கான குதிரைப் படையை நடத்திச் சென்றவள்.

சிவன் கோவிலுக்கென்று சில வாகனங்கள் உண்டு. பெருமாள் கோவிலுக்கென்று சில வாகனங்கள் உண்டு. இரண்டு கோயிலுக்கும் பொதுவா உள்ள வாகனம் குதிரை வாகனம் தான்! குதிரை முகம் கொண்ட ஹயக்கிரீவர் அகஸ்தியருக்கு தேவீ மாஹாத்மியத்தைச் சொல்லியிருக்கார்.

அஸ்வினி தேவர்கள் குதிரை முகம் கொண்டவர்கள் தான்! சூரியனோட வெப்பம் தாங்காமல், உஷா குதிரையா மாறி

காட்டிலே தவம் செய்து கொண்டிருந்தாள். காளிந்தி நதியும், தமஸா நதியும் சங்கமமாகின்ற இடம் அது. அங்கே மகாலக்ஷ்மியும் பெண்குதிரையா வந்து சேர்ந்தாள்.

லக்ஷ்மி குதிரையானது தனிக் கதை. பாற்கடலைக் கடையறப்போ உச்சைச்சிரவஸ்னு ஒரு வெள்ளைக் குதிரை வந்தது. ஒரு துளி கறுப்பு கிடையாது. சூரியனோட பிள்ளை ரேவந்தன் அந்தக் குதிரை மேலே ஏறிக்கொண்டு வைகுண்டத்துக்குப் போனான். மகாலக்ஷ்மி அந்தக் குதிரையை பிறந்த வீட்டுப் பாசத்தோட பார்த்துக்கொண்டிருந்தாள். "குதிரை மேலே வருவது யார்" என்று கேட்டார் நாராயணன். லக்ஷ்மி கவனிக்கலே. பெருமாளுக்குப் பார்யாள் அலட்சியம் பண்றதாக தோன்றியது. 'குதிரையைப் பார்த்து ரசித்துக் கொண்டிருந்ததாலே குதிரையாகப் போ' என்று சாபம் கொடுத்துவிட்டார்.

சிவ பெருமானை நோக்கித் தபசு பண்ணி சாபநிவர்த்தி வாங்கிக் கொண்டாள் மகாலக்ஷ்மி. நாராயணர் ஆண்குதிரையாக வந்து மகாலக்ஷ்மியோடு கூடி ஒரு பிள்ளையைப் பெற்றார். அதை, குழந்தைக்காகத் தவம் பண்ணின யயாதியோட பிள்ளை துர்வசுவுக்குக் கொடுத்தார். அவன்தான் ஏகவீரன்.

பிறகு சூரியனும் ஆண்குதிரையாக வந்து உஷாவோட சேர்ந்து அஸ்வினி தேவர்களைப் பெற்றான். அதனாலேதான் அவர்களுக்கு குதிரை முகம். நாராயணர் குதிரையாக மாறினதாலே பெருமாள் கோவிலிலே குதிரை வாகனம்!

மாணிக்கவாசகர் குதிரை வாங்கக் கொண்டு போன பணத்திலே கோயிலைச் சீர்படுத்தினார். அவரை அரிமர்த்தன பாண்டியன் சிறையிலே தள்ளி சித்ரவதை பண்ணினான். பூத கணங்களையெல்லாம் குதிரைப் பாகர்களாக்கி காட்டிலுள்ள

நரிகளையெல்லாம் பரிகளாக்கினார் பரமசிவம். நந்தியை, தான் ஏறும் குதிரையாக மாற்றிக் கொண்டார். அதுதான் சிவன் கோயில்லே குதிரை வாகனம்.

அப்பேர்ப்பட்ட பெருமையுடைய அஸ்வாருடா, அம்பாளுக்குப் பாத பூஜை பண்ணுகிறாள் என்கிறது த்ரிசதியின் 107வது வரி.

அஸ்வமேத யாகத்துலே அம்பாள் ஆராதனை தனியா உண்டு. 100 அஸ்வ மேதம் யார் பண்ணினாலும் சரி, இந்திரன் விக்னம் பண்ணப் போயிடுவான். மலையத்துவஜன் 99 அஸ்வமேத யாகம் பண்ணினதும் போய் நின்றான். "எதுக்கு யாகம் செய்கிறாய்" என்று கேட்டான். 'சந்தான பாக்கியம் இல்லியே'ன்னான் மலையத்வஜன். அதுக்குப் புத்திர காமேஷ்டி யாகம்னா பண்ணனும்' என்றான் இந்திரன். ஆரம்பிச்சவுடனே சொல்லுவோமென்று அவனுக்குத் தோணினதேயில்லை! நூறையும் முடிச்சு இந்திரப் பதவியை அடைஞ்சவன் நகுஷன். அடைஞ்ச பதவியைத் தக்க வைச்சுக்க முடியலே! இந்திராணி மேலே கொண்ட மோகம் தலை குப்புற விழ வைச்சது.

ராமர் அனுப்பின அஸ்வமேதக் குதிரையை லவ-குசர்கள் பிடிச்சு வைச்சா. அதனாலே தான் ராமருக்குத் தன் பிள்ளைகளை அடையாளம் காண முடிஞ்சது.

சுத்யும்னன்னு ஒரு ராஜா. ரொம்ப நல்லவன். குதிரை மேலே ஏறி வேட்டையாடினான். ஒரு நந்தவனத்துக்குள்ளே நுழைஞ்சதும் பெண்ணாயிட்டான். அவனோட குதிரையும் பெண்ணாயிடுத்து. அவமானப்பட்டு ராஜ்ஜியத்துக்குப் போகாமல் காட்டிலேயே இருந்து, இளைச்சுப்போன அவனை எல்லாரும் இளைன்னே கூப்பிட்டா.

"ஏன் அப்படி ஆனது? அந்த உத்தியானவனம் உமாதேவிக்கு சொந்தம். அங்கே யார் நுழைஞ்சாலும் பெண்ணாயிடுவாங்கறது

சிவபெருமான் கொடுத்த சாபம். சந்திரனோட பிள்ளையான புதன் இளையைப் பார்த்து ஆசைப்பட்டான். அவாளோட புத்திரன்தான் புரூரவன். ராஜா பழையபடி ஆணாக மாற வேண்டுமென்று குருவான வசிஷ்டர் தபஸ் பண்ணினார்.

"நான் கொடுத்த சாபத்தை நானே மாத்த முடியாது. ஒரு மாசம் பெண்; மறுமாசம் ஆணாயிருக்கட்டும்" என்றார் பரமேஸ்வரன். ஆணானதும் ராஜ்ஜியத்துக்கு வந்தார் சுத்யும்னன். வசிஷ்டர்கிட்டேயிருந்து நிஜத்தைத் தெரிந்து கொண்டார். அஸ்வமேதயாகம் செய்து அம்பாளை ஆராதித்தார். புரூரவன் பெரியவனானதும் அவன் கிட்டே ராஜ்ஜியத்தை ஒப்படைச்சுட்டு நாரதர்கிட்டே நவாக்ஷர மந்திர உபதேசம் வாங்கிக்கொண்டு ஜெபம் செய்து சாயுஜ்ய பதவியை அடைந்தார்.

அம்பாளுக்குக் குதிரை வாகனம் அஸ்வாரூடையை கௌரவப்படுத்தறதுக்காக ஏற்பட்டது. சிம்ம வாகினியான துர்க்கையும் அவதான்!

ஏழாவது எழுத்து 'ஸ'

***ப**கவதீ-பாதாரவிந்த-நிர்ணேஜன-ஜலம் ஸாலக்தகம் கவிதாஹேது:*

கவீஸ்வரஸ்ய வதனேஸ்திதம் ஸரஸ்வதி-தாம்பூல ரஸ இவப்ரத்யக்ஷும் பாதி! ஸதுக வீச்வர: பும்பாவமா பன்ன: ஸரஸ்வதீ வாபாதி!

தேவியின் பாதத்திலேயிருந்து குங்குமப் பூவை அரைச்சுவிட்ட மாதிரி தீர்த்தம் பெருகறது! அதை லாக்ஷா ரஸம் என்பர். அது அசடனையும் புலவனாக்கிடும். பிறகு அவனும் புடவை கட்டின ஸரஸ்வதியாகி விடுவான்!

சத்தியவிரதன், காகுஸ்தன், மாந்தாதா ஆகியவர்களின் வம்சத்தில் வந்தவன். காகுஸ்தன் சரயு நதிக்கரையில் பல யாகங்களை நடத்தியிருக்கான். பராசக்தியின் அனுக்கிரகத்தோட இந்திரனை வாகனமாக வைத்துக்கொண்டு (காளை ரூபத்தில்) அசுரர்களை ஜெயித்துக் கொடுத்திருக்கான். அதனாலே அவனுக்கு இந்திர வாகனன், புரஞ்சயன்னெல்லாம் பேருண்டு.

தாயார் வயித்துலே பிறக்காமல் தகப்பன் வயித்திலே பொறந்தவன் மாந்தாதா. அவன் தேவி உபாசகன். அம்பாளுக்காக மகா நதிக்கரையிலே 1008 மண்டபங்களைக் கட்டினவன். அவர்களை நினைத்து சத்திய விரதன் விஷயத்துலே அம்பாள் பொறுமையாயிருந்தா. இப்பக்கூட சொல்ற தில்லையா, உங்கப்பா, தாத்தா முகத்துக்காகப் பார்க்கறேன்! இனிமேலாவது புத்தியோடு பொழைச்சுக்கோ'ன்னு! அது மாதிரி தான் இதுவும்.

யானையின் மஸ்தகங்களைப் போல் உன்னதமான ஸ்தன்யங்களை உடையவளே என்கிறது 114-வது ஸ்லோகம். விநாயகர் உமா தேவியிடம் பால் குடிக்கறப்போ அவசரமாகத் தன் தலையிலுள்ள இரு கும்பங்களும் பத்திரமாக இருக்கான்னு தடவிப் பார்த்துக்கொண்டதாக ஆதிசங்கரர் எழுதி வைச்சிருக்கார்.

"யத் ஆலோக்ய ஆசங்கா-ஆகுலித ஹ்ருதய: ஹேரம்ப
ஹாஸ ஜனக ஸ்வகும்பௌ ஜடிதி ஹஸ்தேன
பரிம்ருசதி'

அவை ஸ்கந்த மூர்த்தியும் பால் குடிச்ச உன்னதமான நகில்களாச்சே! இதை தினமும் முடிஞ்சவரை சொல்லிண்டே இருந்தால் பயம் என்கிறதே இருக்காது. துர்தேவதைகள் அண்டாது. அம்பாளுடைய ஸ்தன்யங்களிலேயிருந்து பெருகறது பால் இல்லே! அமிர்தம். அதனாலே தான் பிள்ளையாருக்கும், சுப்ரமண்யருக்கும் கிழடு தட்டலேங்கறார். ஞானசம்பந்தர் அதைக் குடிச்சுட்டுத்தானே கவிதையை மழையாப் பொழிஞ்சார்! யானை தலையிலே முத்து இருக்குமாம். ரொம்ப உயர்ந்த முத்து. ஈசன் கஜாஸுரனை சம்காரம் பண்ணிவிட்டு முத்துக்களை எடுத்துக்கொண்டு வந்து பார்வதிக்கு மாலையாய் போட்டிருக்கிறாரே!

கஜாசுரனை வதைத்து அவனோட தோலைப் போர்த்திண்ட பரம சிவனோட பத்தினியாச்சே என்கிறது 115-ஆவது நாமா. அதுலே அப்படியென்ன விசேஷம்? யானைத் தோலை சிவன் கிழிச்சப்போ தேவி ஆச்சரியமாகப் பார்த்துக் கொண்டிருந்தாளாம்! ஏன்னா அவ சரீரத்திலேயிருந்து வழிச்செடுத்த மஞ்சளாலே உருவானவர்தான் விநாயகர், அவர் கஜமுகாசுரனை வதைக்கப் பிறந்தவர். அசுரன் வரம் வாங்கின மாதிரி தாயார் கர்ப்பத்திலே பிறக்காதவர். முதல் முகம் வெட்டப்பட்டு யானை முகம் ஒட்டப்பட்டவர். ஒரு யானையை வணங்கறோம். இன்னொரு யானையை அழிக்க வேண்டியிருக்கே என்று யோசிச்சாளாம்! கபிலதேவர்னு ஒரு புலவர், விநாயகர் இரட்டை மணிமாலை என்றே பாடி வைச்சிருக்கார். அது பதினொன்றாம் திருமுறையிலே இருக்கு. 'யானை முகனை அங்குலம், அங்குலமாக வர்ணிச்சிருக்கார். சிவனும், உமையும் யானையா மாறினதாகக்கூட புராணத்திலே சொல்லப்பட்டிருக்கு.

மஞ்சளும், குங்குமமும் படிந்த திருமேனியை உடையவள் அம்பிகை. தன் மேனியிலே இருக்கிற மஞ்சளை வழிச்சு பிள்ளையாக்கி காவலுக்கு வைச்சவள் அவள். இன்றைக்கும் அவர் ஆற்றங்கரையிலும், குளத்தங்கரையிலும் குளிக்க வர ஸ்த்ரீகளுக்குக் காவலாக உட்கார்ந்திருக்கார். தப்பான கண்ணோட்டத்தோடு பார்க்கிறவாளை அவர் சும்மா விடமாட்டார். அந்தக் காலத்திலே கன்னிப் பெண்களை ரொம்ப வெளியே அனுப்பறதில்லே! குளத்திலே ஸ்நானம் பண்ணிட்டு கரையிலே இருக்கிற விக்னேஸ்வரரை பிரதட்சணம் பண்ணிட்டுப் போவா. அவ்வளவு தான்.

அசுரர்களை வதம் செய்தவுடன் இந்திராதி தேவர்கள் அவளை பெரிசா பூஜை பண்ணியிருக்கா! நவாவரண பூஜை, நவராத்திரி பூஜை, பெளர்ணமி பூஜை, மாதப்பிறப்பு பூஜை, செவ்வாய்

வெள்ளி பூஜை, அஷ்டமி பூஜை என்று ஒவ்வொன்றுக்கும் ஒவ்வொரு பலன் உண்டு.

பரமசிவனோட சடை பொன்னைப் போல் இருக்கும். அதில் பாதியை வரமாகப் பெற்றவள் தேவி. பரமேஸ்வரனுயை சடையில் ஒன்றுக்கொன்று பகையான பாம்பும், சந்திரனும் உண்டு. மங்கையான கங்கையும் உண்டு. எருக்கம்பூவும், அருகம் புல்லும், கொன்றைப்பூவும் இருக்கு. மார்பிலே மண்டை யோட்டு மாலையும் இருக்கு. கைகளிலே மானும், மழு வும் உண்டு. அப்படியே ஏத்துக்கறா அம்பாள். பார்த்தா கிட்டே ஆயிரம் குறை இருந்தாலும் அப்படியே ஏத்துக்கணும், வெறுக்கப்படாது என்கிறதுக்கு இதுதான் சாட்சி.

ஹாதி வித்யை என்கிற ஸ்ரீவித்யா மந்திரம் 'பஞ்ச தசாக்ஷரி, அம்பிகையின் வடிவம் என்கிறது. 11-ஆவது ஸ்லோகம். இதையேதான் ஆதி சங்கர பகவத்பாதாளும் 32-ஆவது ஸ்தோத்திரத்திலே சொல்லியி ருக்கா. சிவபீஜாக்ஷரம் 'க' சக்தி பீஜாக்ஷரம் 'ஏ' மன்மத பீஜாக்ஷரம் 'ஈ' பூமிக்கான பீஜாக்ஷரம் 'ல' சூரிய பீஜாக்ஷரம் 'ஹ' சந்திர பீஜா க்ஷரம்'ஸ' ஆகாச பீஜம்'ஹ' இந்திரனுடைய பீஜம்'ல'.

பஞ்ச பூதங்களும் இதிலேயிருந்து தான் வந்தன. ஆகாசத்தோட குணம் இடிக்கிறது மட்டும்தான், அதாவது சப்தம். வாயுவோட குணம் 'உய்,உய்' என்கிற சப்தத்தோடு உணரவும் முடியும். தென்றலடிக்கிறது என்கிறோம். பேய்க் காற்று வீசுகிறது என்கிறோம். அக்னிக்கு மூணு குணம். எரியும் போது சத்தத்தைக் கேட்கவும், பார்க்கவும் முடியும். தொட்டா சுடும். தண்ணீருக்கு நாலு குணம். ருசியும் உண்டு. தொட்டா 'ஜில்'லுனு இருக்கும். வெள்ளமாப் பெருகும் போது ஓசையையும் கேட்கலாம். பூமிக்கு ஐந்து குணம். மண்ணுக்கு என்று ஒரு வாசனை உண்டு. பிருதிவியோட சப்தம்தான் பூகம்பம்! இப்படிப் பதினைஞ்சு குணங்களும்தான்

ஹாதிவித்தைன்னு வரி வஸ்யா ரகஸ்யத்துலே பாஸ்கரராயர் என்கிற மகான் எழுதி வைத்திருக்கிறார்.

பாற்கடலிலிருந்து வெளிப்பட்ட அமிருதத்தை அருந்தியவுடன் சற்று நேரம் மெய் மறந்திருக்கின்றாளாம் அம்பிகை. 'அப்போது அவள் பெயர் மதாலஸா. பஞ்ச தசாக்ஷரி மந்திரத்தின் ஏழாவது எழுத்தாகிய 'ஸ' கார வடிவத்துக்குத் தனி மகிமை உண்டு. இதுக்கு பரா பீஜம் என்று பெயர்.

எல்லாவற்றையும் அறிந்தவள் அவள். எல்லாவற்றையும் ஆள்பவளும் அவளே! முண்டோபநிஷதமும் இதை உறுதிப்படுத்துகிறது. எல்லோருக்கும் எல்லா மங்களங்களையும் கொடுக்கிற மங்கள ரூபிணியும் அவள்தான்! அனைத்தையும் செய்பவள் அம்பிகை! நம்மைக் கொண்டு அவ்வள் முடிக் கிறாள். அனைத்தையும் பரிபாலிப்பவள் ராஜராஜேஸ்வரி!

தேவர்கள் கொட்டமடக்கவே அசுரர்களை உற்பத்தி செய்தாள். பிறகு தானே துர்க்கையாகி அவர்களை வதைத்தாள். அதனாலே முன் செய்த பாபத்தினால் விளைந்த துன்பங்கள் அழிய, அவளது திருப்பாதங்களைக் கெட்டியாகப் பற்றிக் கொள்ள வேண்டும். ருத்ரனின் பாதியான அம்பாள் ருத்ராணியாக வந்து அந்த துன்பங்களையெல்லாம் அழிப்பாள்.

அவள் என்றுமிருப்பவள். அம்பாளுக்கு அழிவே கிடையாது. தாட்சாயணியாக இருந்தபோது தன்னையே அவ எரிச்சுண்டா. அவளோட சரீரத்தைத் தூக்கிண்டு சிவபெருமான் தாண்டவமாடினார். அங்கங்களெல்லாம் சிதறி விழுந்தது. ஒவ்வொரு இடமும் ஒரு சக்தி பீடமாய் அருள் மழை பொழிகிறது. அவளுக்கு எந்தவிதமான குறைபாடும் கிடையாது. இதைத்தான் 129-ஆவது ஸ்லோகம் சொல்கிறது.

குறைபாடு இல்லாமல் இருந்தால் போதுமா? சாமுத்திரிகா லட்சணங்கள் நிறைந்தவள் என்கிறது அடுத்த ஸ்துதி. எல்லாவற்றுக்கும் சாட்சியாக இருக்கிறவள் அவள். அவளையே

ஒருத்தன் திருடுகிறப்போ கூட அவ பேசாம இருந்திருக்கா! அப்போ அவளுக்கு சக்தி இல்லையா? தடுக்கப்படாதா என்று நிறையப் பேர் கேட்கிறார்கள்.

சிலசமயம் தலையைச் சுத்தும். விழக் கூடாது என்று நினைப்போம். ஆனா விழுந்துடுவோம். திருடுகிறவனை கெட்ட விதி துரத்துகிறது. கிரகங்கள் அனுகூலமாயிருக்கிறதாலே மாட்டிக்க மாட்டான். ஆனா பிரதிகூலமாக மாறுகிறப்போ தண்டனை பெரிசாயிருக்கும். அதனாலேதான் நல்ல எண்ணங்கள், நல்ல செய்கைகள் உள்ளவர்களை கிரகங்கள் அதிகமாக பாதிக்காது.

"தெய்வம் இல்லாத இடத்துலே இதை சாப்பிடு" என்று ஒரு பழத்தைக் கொடுத்தார் குரு. சிஷ்யன் சாயங்காலம் பழத்தோட திரும்பி வந்தான். :ஏண்டா சாப்பிடலே" என்று குரு கேட்டார். "பகவான் இல்லாத இடமே காண முடியலையே" என்றான் சீடன். அது மாதிரி தப்பு பண்றவா, மனுஷாளுக்கு மறைக்கலாம். மனசாட்சியோட குரலை அமுக்கிடலாம். ஆனா கடவுளோட தீர்ப்பை எதிர்த்து எந்தக் கோர்ட்டிலே வழக்குப் போட முடியும்?

"ஐயோ! இவாளுக்குப் போய் இப்படி நடந்துடுத்தே" என்று அங்க லாய்க்கலாம். தண்டிக்கப் பட்டவா மனசுக்குத் தெரியும் என்ன தப்பு என்று! மனிதர்களெல்லாம் உலகத்துலே வேஷம் கட்டிக்க வந்தவர்கள்! நேர்த்தியாக நடிச்சா பரிசு கிடைக்கும். இல்லேன்னா கல்லு தான் விழும்.

அருமையாகப் பொறந்த ஒரே குழந்தை! ஆனாலும் பரிட்சையிலே பெயிலாயிட்டா பெத்தவங்க மனசு நொந்து போகும். ஒரு வருஷமும், பணமும் வீணாகிவிட்டதே என்று வேதனைப்படும். வாழ்க்கையிலேயும் மனுஷாளுக்கு சில கடமைகள் இருக்கு. நாம ஒழுக்கமாயிருந்தால் அந்தத் தாயோட மனசு சந்தோஷப்படும். தேவி எல்லா சுகத்தையும் அளிக்கக் காத்துக் கொண்டிருக்கிறாள் என்கிறது ***133*** ஆவது ஸ்துதி.

எட்டாவது எழுத்து 'க'

பஞ்ச தசாக்ஷரியின் எட்டாவது எழுத்து 'க'. அவ காலத்தைக் கடந்தவள். இறந்த காலம், நிகழ்காலம், எதிர்காலமெல்லாம் அவளுக்குக் கிடையாது. காலத்தை நசிக்கச் செய்கிறவள் அவள். காலனை உதைத்த கால் அவளுடையது. மதுகைடபர்களை திசை திருப்ப மாயையாக வந்தவதான், கம்ஸன் கையிலேயிருந்து நழுவி ஆகாயத்துக்குத் தாவி சிரிச்சவ. அவதான் ஊஞ்சல்லே ஆடிக்கொண்டே பாட்டுப்பாடி சும்பனை இழுத்தவ. காலமெல்லாம் அவளுக்குக் கிடையாது. அவளுக்கு என்றைக்கும் பதினாறு தான்!

ஆசைகளை ஆள்பவள் அவள். ஆசை நம்மை ஆளவிடக் கூடாது. வியாசர் தன் பிள்ளையான சுகப் பிரம்மத்தை ஜனகர்கிட்டே உபதேசம் வாங்கிக்கொண்டுவான்னு அனுப்பிச்சார். ஜனகரோட குருவே வியாசர் தான்! மேருமலையிலேயிருந்து நடந்தே மிதிலைக்கு ஒரு வருஷத்திலே வந்தார் சுகர். அவரைப் பார்த்த காவல்காரன் உள்ளே விடாமல் அவரைத் தள்ளிக்கொண்டே அரண்மனை வாசலுக்கு வந்துவிட்டான். சுகர் வாயே திறக்கலே! "நீ ஊமையா, முட்டாளா? ஊர், பேர், இந்த ஊருக்கு வந்த விஷயம் எதையும் சொல்ல மாட்டேங்கறே" என்று கேட்டான் காவலாளி.

"ஜனங்களிலே ராகி, விராகி என்று இரண்டு ரகம் உண்டு. ராகியிலே மூர்க்கன், சதுரன்னு ரெண்டு வகை. சதுரனிலே நிறையப் படிச்சவன், புத்தி சாமர்த்தியம் என்று இரண்டு பிரிவுண்டு. விராகியிலே தெரிந்தவர், தெரியாதவர், தெரிந்தும் தெரியாத மாதிரி இருக்கிறவர் என்று மூணு வகை உண்டு.

குடும்பத்தை நேசிக்கிறவன் ராகி. எல்லாத்திலேயும் மோகங் கொண்டு அலைகிறவன் மூர்க்கன். விராகி தனிமையை விரும்புவான். விரக்தியாயிருப்பான், வேதாந்த, புராணங்களைப் படிப்பான்" அப் படின்னார் சுகர்.

காவல்காரன் "சாமி! நீங்க பெரிய ஞானி. நீங்க சொன்னது எதுவும் என் புத்தியிலே ஏறலே! நீங்க எங்க வேணாப் போங்கோ"ன்னுட்டான்.

சுகர் ஒரு மரத்தடியிலே நிஷ்டையிலே உட்கார்ந்துட்டார். இதை மந்திரி பார்த்து அவரை ஒரு நந்தவனத்திலே இருக்கும்படியாக கேட்டுக்கொண்டார். அங்கே அழகான ஸ்த்ரீகள் வந்து பணிவிடை பண்ணினா. ஆனா சுகர் யாருக்கும் வசப்படலே!

ஜனகர் அவரைப் பார்க்க வந்தார். சுகர் அவர் கிட்டே "என் தகப்பனார் கல்யாணம் பண்ணிக்கச் சொல்லி ரொம்ப வற்புறுத்தினார். அது பந்தம் என்று நான் மறுத்துவிட்டேன். என் மனதை மாத்தத்தான் உங்க கிட்டே அனுப்பியிருக்கார். மோட்சத்தை தருவது எது?" என்று கேட்டார் சுகர்.

"வேதத்திலே 48 ஸம்ஸ்காரங்கள் முக்திக்கு சொல்லியிருக்கு. அதிலே நாற்பது கிரகஸ்தனுக்கு; எட்டு சன்யாசிக்கு துளி சபல புத்தி வந்தாலும் கடைத்தேற முடியாது. சன்யாசங்கறது மலை உச்சி. கிரகஸ்தாஸ்ரமங்கறது சமதளம். விழுந்தா பெரிசா அடிபடாது. ஆசையை நாம ஆளணும்; நாம அதுக்கு அடிமையாகப்படாது என்றார்" ஜனகர்.

“தங்கத்தையும், மண்ணையும் சமமாகப் பார்க்கிறவனே ஜீவன், முக்தன், விதேகி என்று வேதம் சொல்கிறது. நீங்கள் மண்ணையா பொக்கிஷசாலையிலே குவிச்சிருக்கீங்க! சப்ரமஞ்சக் கட்டிலிலே தூங்குகிறீர்களே, அது எப்படி? நால்வகைப் படைகளையும் தயார் நிலையில் வைத்திருக்கிறீர்கள்! அது நாடு பிடிக்கும் ஆசை இல்லாமலா? ஜனங்களைப் பாதுகாக்க என்று முலாம் பூச வேண்டாம்! உங்கள் வம்சத்திலே பிறந்த ஒருவருக்கு வித்தியாவரார்ன்னு பெயர். அவர் மூர்க்கராயிருந்தார். பிறவிக் குருடருக்குத் திவாகரர் என்று பெயர் சூட்டினீர்கள்! ஒருத்தருக்கு லக்ஷ்மிதரர் என்று பெயரிட்டீர்கள், அவர் பரமதரித்திரராய் இருந்தார். உமது குலத்திலே பிறந்த நிமியை வசிஷ்டர் சபிச்சிருக்கார். விதேகர்களை சாபம் பற்றுமா?” என்றெல்லாம் தர்க்கம் செய்தார் சுகர்.

இதைக் கேட்டுக் கொண்டிருந்த ஜனகர் “தந்தையின் தொடர்பு பந்தம்; வனவாசம் பண்ணப் போகிறேன் என்கிறீர்கள். காஷாயத்தை எலி கடிச்சுடக் கூடாது என்று ஒருத்தன் பூனை வளர்த்த கதையாகப் போறது! காட்டு மிருகங்களெல்லாம் பந்தமாகி விடும். ஜடபரதர் மானிடம் நேசம் வைக்கவில்லையா? குடிகளை காப்பாற்றுகிறது அரசன் கடமை! ஒரு நாள் உணவுக்காக காய் கனிகள் தேடி அலைஞ்சா, அதுவும் பந்தம்தான்! சரீரம் ஜீவன் தங்கும் கூடு என்று நினைப்பவனுக்குத் துக்கமில்லை! அரச குலத்திலே பிறந்ததால் கடமையைச் செய்கிறேன். அதற்காக ஆசைகளை மனதில் சுமப்பதில்லை! நம்மை யாரும் மாற்றிவிடக் கூடாது என்று நினைப்பது சன்யாசத்தில் உள்ள ஆசை. சன்யாசமே மோட்சப் பாதை என்று நினைப்பதால் அதைக் கெட்டியாக பற்றிக் கொண்டிருக்கிறீர்! நீர் என்னிடம் கேட்டதெல்லாம் உண்மைதான்! ஆனால் இந்த தேகம் இந்தக் குலத்திற்காகக் கொடுத்தது. அடுத்து ஆத்மாவுக்கு எந்த உடல் கொடுக்கப்படப் போகிறதோ? என்குல கௌரவம் என்று ஏன் நான் போர்த்திக் கொண்டு அலையவேண்டும்?

முடிந்தவரை இந்த சரீரத்தைக் கொண்டு சிறப்பாகக் கடமையாற்றணும். வம்சாவளி அழிஞ்சுபோய் பிதுர்க்கள் தலை கீழாத் தொங்க நாம் காரணமாகாமலிருக்கத் திருமணம் என்ற பந்தத்தைக் கைக்கொண்டு கடன் தீர்க்கணும். இந்த தேகம் நானல்ல என்பதே முக்தியைத் தரும். குடும்பம், குழந்தை, வீட்டிற்காக உழைப்பது தவறல்ல! அது சம்பந்தமான ஆசைகளை உள்ளத்தில் கட்டிக் கொண்டு அலைவதே பந்தம். தாமரை இலை நீர் போல் இல்லறக் கடமைகளைச் செய்வதே ஜீவன் முக்தியாகும்" என்றார்.

ஜனகரோட விளக்கத்தைக் கேட்டு சுகர் சந்தோஷப்பட்டார். ஜனகர்கிட்டே சொல்லிக்கொண்டு ஊருக்குத் திரும்பினார். வியாசரே குருவாயிருந்து பிள்ளைக்கு வேத அத்யயனம் பண்ணி வைத்தார்.

பிதுர் தேவதைகளோட புத்திரியான 'பீவரி' என்கிற பெண்ணை சுகருக்கு விவாகம் பண்ணி வைத்தார் வியாசர். அவர்களுக்கு கிருஷ்ணன், கௌரப்ரமன், பூரிகன், தேவஸ்ருதன் என்கிற நான்கு பிள்ளைகளும், கீர்த்தி என்கிற பெண்ணும் பிறந்தது. சுகர் அஷ்டமாசித்திகளையும் கற்றுக்கொண்டு சதா ஆகாயத்திலேயே சஞ்சரித்தார். இது எல்லாத்துக்கும் மூலகாரணம் தேவி பாகவத பாராயணம்தான்! தேவி விரும்புகிறதை அளிக்கிறவளாச்சே!

காமனுக்கு சஞ்ஜீவினியாயிருந்து பிழைப்பூட்டினவள் தேவி. மன்மதன் சுயமா அம்பு எய்யவில்லை! தேவர்களெல்லாம் வேண்டிக் கேட்டுக்கொண்டதாலே, சுப்ரமண்யர் பிறந்து சூரசம்ஹாரம் நடக்கணுமே என்று இந்தக் காரியத்துக்கு ஒப்புக் கொண்டான். தக்ஷிணாமூர்த்தியாவே சிவன் இருந்திருந்தா சிவ-பார்வதி கல்யாணம் எப்படி நடக்கும்? இங்கே தாயார் காரணத்தைப் பார்த்தா! ஔஷதமாயிருந்து அவனை உயிர்ப்பிச்சா.

காரணம் நல்லதாயிருந்தா தோற்கிற மாதிரியான காரியம் கூட தேவி உபாஸகனுக்கு வெற்றியாயிடும். எல்லாக் கலைகளிலும் அவள் திறமை வாய்ந்தவள்.

இந்த 147-வது ஸ்லோகத்தைப் பாராயணம் செய்து வந்தால் தனிவழி நடக்கும்போது பயமிருக்காது. யக்ஷிணிகள் அண்டாது. மாடுகள், மனிதர்களில் மலட்டுத்தனம் ஏற்படாது. தேவியருளும் கிடைக்கும்.

யானைத் துதிக்கை போன்ற தொடைகளையுடைவள் அவள். இதையே ஆதிசங்கரரும் சௌந்தர்யலஹரி 82-வது ஸ்லோகத்திலே சொல்லியிருக்கார். அவளது இரண்டு முழங்கால் முட்டிகளும் ஐராவதத்தின் இரண்டு கும்பங்களை விட உருண்டு, திரண்டு அழகாக இருக்கிறதாம்!

எதனால்? “மத்யு: ப்ரணதி” பதிக்கு நமஸ்காரம் பண்ணும் பழக்கத்தால்! குழந்தைகளை தினமும் காலை மாலை இரண்டு வேளையும் நமஸ்காரம் பண்ணப் பழக்கினால் முட்டி இறுகி வயசான பிறகு மூட்டு வலி வராது. இந்த 82-ஆவது ஸ்லோகத்தை, இல்லேன்னா த்ரிசதியின் 148-வது வரியைத் தினமும் பாராயணம் பண்ணினா வெள்ளத்திலேயிருந்து தப்பிக்க முடியும். மகோதரம் மாதிரியான வியாதி யெல்லாம் வராது. பதவி உயரும். ஏன்னா அவ விதிக்ஞை, அவளுக்கு சாஸ்திரங்கள் தெரியும்.

பௌர்ணமி சந்திரன் போன்ற முகமுடையவளே என்று வர்ணிக்கிறது 149-வது ஸ்லோகம். மன்மதனுக்கு எப்படித் துணிச்சல் வந்தது? பரமசிவனோ பூதகணங்களால் சூழ்ந்திருக்கப்பட்டவர். அவரோடு அவன் போர் தொடுத்தானே! தக்ஷிணாமூர்த்தியை பூஜை பண்ணுகிற பார்வதி தேவி முகத்துப் பிரகாசம்தான் அவனுடைய ஊக்கத்துக்குக் காரணம். சிவ பெருமான் தேருக்கு சூரியன், சந்திரன் என்று இரண்டு சக்கரம்தான். மன்மதனோட ரதத்துக்கு நாலு சக்கரமாச்சே!

"கேவலம் பாலகவத் அம்பாம் பேதி தீனா க்ரந்தன-மாத்ர - பராயண: தஸ்ய மம ரக்ஷண மேவ அத்புத ஸ்வபாவம் கீர்த்தயே! நாயம் நியம: குணவான் ரக்ஷ்ய: நிர்க்குணஸ் த்யாஜ்ய இதி!"

கஷ்டம் வந்தா, சின்னக் குழந்தையைப் போல 'அம்மா, அம்மா' என்று அழ மட்டும் தான் தெரியறது. ஆனா நீ என்னைக் காப்பாற்றுகிறாய்! இந்த அற்புதமான குணம் தான் உன் பெருமை! இவன் குணசாலி, இவன் குணக்கேடன் என்கிற வித்தியாசமெல்லாம் உனக்கு இல்லே! சந்திரனோடு ஒப்பிட்டது ரொம்பத் தப்பு. அது தேயும், வளரும். உன்னிடத்திலே தேய்மானம் என்பது ஏது?

அம்பிகையோட கூந்தல் கார் மேகத்தை ஜெயித்ததைப் போலிருக்கறதாம்! அம்பாளோட கூந்தலுக்கும் இயற்கையான வாசனை கிடையாது என்று பிடிவாதமாகச் சொன்னதாலேதான் பலகாலம் நக்கீரர் வெப்பு நோயாலே பொற்றாமரைக் குளத்துலே விழுந்து கிடந்தார். பூக்களோட வாசனையை விட தேவியோட கூந்தலுக்கு அதிக நறு மணம் என்று பாஸ்கரராயர் என்கிற பெரியவாள் எழுதியே வைத்திருக்கார். புஷ்பங்களோட ஏக்கத்தை நிவர்த்தி பண்ணத்தான் அதை ஈஸ்வரி சூடிண்டிருக்கா. இரண்டு பக்க வெள்ளத்துக்கு நடுவில் வாய்க்கால் மாதிரி வகிடு போறதாம்!

அந்த வகிடு ஸ்த்ரீகளுக்கு கோணலாப் போகக்கூடாது. 'தநோது க்ஷேமம் ந:' என்கிறார் அப்பய்ய தீக்ஷிதர்வாள். அந்த வகிட்டில் குங்குமம் தரிக்கறது நமக்கு க்ஷேமத்தைக் கொடுக்குமென்று உத்திரவாதமாகச் சொல்றார். 'வஹந்தீ ஸிந்தூரம்" என்கிறது' குவலயானந்தத்தில் முதலடி. சௌந்தர்யலஹரியில் 44-வது ஸ்லோகத்தின் மூன்றாவது வரி. வகிடு ஸீமந்தப் பிரதேசம் என்கிறது.

இந்த கேசவர்ணனையை தினமும் பதினோரு தடவை ஜபிக்கிறவர்களுக்கு மனசிலுள்ள அஞ்ஞான இருள் காணாமல் போயிடும். ஸத்வாசனை வரும்.

அம்பாளோட கேசம் கறு நெய்தல் பூக்கள் மலர்ந்த காடு போல பிரகாசிக்கிறதாக ஆதி சங்கர பகவத்பாதாள் சொல்லியிருக்கார். அடர்த்தியாயிருக்கறதோட வழுவழுப்பாகவும் இருக்கிறதாம். ரொம்ப மென்மையானது. ஆனா எஃகு கம்பி மாதிரி உறுதியானதாம்.

ஸ்த்ரீகளோட கூந்தல் சந்தியாகாலங்கள்ளே விரிஞ்சிருந்தால் குடும்பத்திலே கஷ்டம் வரும். திரௌபதியோட விரிஞ்ச கூந்தல் தான் கௌரவாளோட கழுத்தை இறுக்கற கயிறாச்சு. சீதாதேவியோட விரிஞ்ச கூந்தல் தான் இராவணனோட குலத்தை அழிச்சது. தாதா, அர்யமா, மித்திரன், வருணன், இந்திரன், விவஸ்வான், பூஷா, பர்ச்சனியன், அம்ஸன், பகன், த்வஷ்டா, விஷ்ணு இவர்களுக்கு துவாதச ஆதித்யான்னு பேர். இவா சித்திரை மாசத்துலேருந்து பங்குனி மாசம் வரை ஒவ்வொரு மாசமும் ஒவ்வொருத்தர் சூரியனா ரதத்திலே வருவா. இவா பன்னிரண்டு பேரும் பன்னிரண்டு ரத்தினமாக மாறி அம்பாளோட கிரீடத்திலே இருக்காளாம். எதுக்கு? அம்பாளோட கேச அழகை கிட்டத்திலே இருந்து ரசிக்கிறதுக்கு! கேசத்தில் இருக்கும் சந்திர கலை இந்திரவில் மாதிரி பிரகாசிக்கறதாக பகவத் பாதாள் சொல்லியிருக்கார்.

ஒன்பதாவது எழுத்து 'ஹ'

பஞ்ச தசாக்ஷரியின் ஒன்பதாவது எழுத்து 'ஹ' அதோட அர்த்தமே அவள்தான். பராக்கிரமம், தனம் எல்லாம் கொடுக்கற சக்தி இந்த எழுத்துக்கு உண்டு. ஹம்ஸத்தைப் போல் நடையுடையவள் அவள். ஆனா அதுகூட சரியில்லை என்கிறார் பகவத் பாதாள். சிந்தாமணிக்கிரஹத்திலே அற்புதமான குளங்கள் உண்டு. அதிலே அன்னப் பறவைகள் நீந்தும். தேவி நீராழி மண்டபத்துலே உலாவுகிறப்போ அதைப் பாத்து ஹம்ஸங்கள் எப்படி நடக்கிறது என்று பாடம் கத்துக்கிறதா அவர் சொல்றார். இந்த 162-வது வரியைப் பாராயணம் பண்ணினா கடன் தீரும். பூமிலாபம் ஏற்படும்.

பொன் நகைகளை அணிந்து பிரகாசிக்கிறவ தேவி. சாப்பாட்டை எடுத்து வாய்க்குக் கொடுக்கிற கைக்கு நகை போட்டு உயர்த்தறோம். எல்லா அவயவத்துக்காகவும் வாங்கி வைச்சுக்கற வயத்துக்கும் கட்டுப்படு; அலையாதேன்னு எச்சரிக்க ஒட்டியாணம் இருக்கு. கேட்கிற காதுக்குத் தோடு. மூச்சு விடுற மூக்குக்கு மூக்குத்தி. நடக்கிற காலுக்குக் கொலுசு. விரலுக்கு மோதிரம். ஏன்னா அங்கேயெல்லாம் முக்கியமான நரம்புகள் இருக்கு. அதுக்கெல்லாம் உதாரணமாகத்தான் அம்பாள் ஆபரணங்களை பூட்டிண்டிருக்கா.

இதெல்லாம் பிரகஸ்பதிக்குப் பிடிக்கும். அவருக்கு பொன்னன் என்கிற ஒரு பேருண்டு. அம்பாளை அலங்கார பூஷிதையாப் பார்த்தா பக்தாளுக்கும் பாக்கியங்கள் கூடும். நாம் பணம்கட்டி அம்பாளுக்கு அலங்காரம் பண்ண முடியாத ஏழையாயிருக்கலாம். ஆனா விசேஷ நாட்களிலே அம்பாளைத் தங்க நகையாலே இழைச்சிருப்பா. கண் குளிரப் பார்த்து நான் உனக்கு வேண்டப்பட்டவன் என்று காட்டிக்கலாமே! அதிலே கஞ்சத்தனம் பிடிக்கப்படாது.

கணபதியும், ஸ்கந்தனும் பருகிய ஸ்தனங்களை ஹாரங்கள் தழுவிக்கொண்டிருக்கு. இதைப் பார்த்து சிவ பெருமான் மனசைப் பறிகொடுக்கறாராம். இந்த 164-வது வரியை தினமும் பக்தியோட ஜபிச்சா ராத்திரியிலே தனியாக போக வேண்டி வந்தா இடைஞ்சல் வராது துர்தேவதைகள் அண்டாது.

பூமாதேவி தானிய மலைகளை எத்தனை முறை பிரசவித்தபோதும் கிழடுதட்டுகிறதில்லை. அதுமாதிரி அவள் பிறவித்தளையை அறுக்கிறவள். போன ஜென்மப் பாவத்தைத் தீர்க்க ஜனனமெடுத்து, புதுசாப் பாவங்களைப் பண்ணி, மறுபடி கருப்பையில் உருவாகி, மரண அவஸ்தைப்பட்டு, பந்தங்களுக்காக உழைச்சு, இந்த கடன் எப்பத் தீரும்? அதைத் தீர்க்க அவளாலேதான் முடியும்.

அவளுக்கு கபடு சூது கிடையாது. இவன் பக்தன், இவன் நாஸ்திகன் என்கிற பேதமெல்லாம் இல்லே! ஒரு அம்மா தன்னோட நோயாளிப் பிள்ளையைக் கெஞ்சிக் கூத்தாடி கஞ்சி குடிக்க வைக்கிறாள். இன்னொரு பிள்ளை இருக்கிறதைச் சாப்பிட்டுவிட்டு பள்ளிக் கூடத்துக்குப் போகிறான். அதுக்காக நோயாளிப் பிள்ளைகிட்டே அதிகப் பிரியம் என்று சொல்வதா?

நாம நோயாளிப் பிள்ளையாக இல்லாமல் அவளை சந்தோஷப்படுத்தினால் நமக்கு எல்லாம் தானே கிடைக்கும்.

காமாக்ஷி மந்திரவிளக்கம் ✦ 63

அஷ்டதிக் தேவதைகளும் சதா அவளை ஆராதிச்சுண்டிருக்கா. மென்மையானவன்னா அவளுக்குப் பலமில்லேன்னு நினைச்சுக்க வேண்டாம். எஃகு கம்பி மாதிரி உறுதியானவள். அந்த பராக்கிரமத்தால்தானே அசுராளை சம்ஹரிச்சா! அவள் ஆனந்தவல்லி. ஆனந்தத்தைக் கொடுக்கறதாலே அவளுக்கு அந்தப்பேர்! எப்படி அக்கினி கிட்டேயிருந்து பிரகாசத்தைப் பிரிக்க முடியாதோ, வெல்லத்திலேயிருந்து இனிப்பை எப்படிப் பிரிக்க முடியாதோ அப்படி அம்பாள் கிட்டேயிருந்து ஆனந்தத்தைப் பிரிக்க முடியாது. அவள் அமுதசுரபி. எத்தனை ஊழிக்காலத்து உயிர்களுக்குக் கொடுத்தாலும் குறையாது.

குளிர் பிரதேசங்களுக்குப் போய் இயற்கையை ரசிச்சு ஆனந்தப்படறோமே! அங்கே இயற்கை, வளமாக இருக்கு. பூக்கற பூவிலே, கொட்டற அருவியிலே, ஓடுகிற நீரிலே, அடிக்கிற காத்துலே இப்படி அவ இல்லாத இடம் ஏது? 'ஹர்ஷ'ன்னா ஆனந்தம். ஹர்ஷவர்த்தனர் என்று வடக்கே ஒரு ராஜா! நளசரித்திரத்தை எழுதினது அவர்தான். அவருக்கு அஞ்சு வயசாகும்போதே காட்சி கொடுத்து கவிதை எழுதவச்சவ. அவளை விடாமல் ஸ்மரிச்சா ஆனந்தம் உங்க பின்னாலேயே வரும்.

த்ரிசதியிலே **170**-வது ஸ்லோகம் ஹவிஸ்ஸை பூஜிக்கறதாக சொல்றது. தினமும் ஸ்நானம் பண்ணிட்டு ஆசாரமாக சுத்த அன்னத்துலே ஒரு சொட்டு நெய்விட்டு நைவேத்யம் பண்ண வேண்டும். அரிசிக்கு உரிய கிரகம் சந்திரன். அவன் இரண்டேகால் நாளுக்கொருதடவை இடம் மாறுவான்.சஞ்சல சுபாவம் கொண்டவன். எந்த முடிவும் எடுக்க முடியாமல் மனம் குழம்பறது அவனாலே தான்! அப்படி குழம்பாமல் இருக்கத்தான் தினமும் அன்னம் நைவேத்தியம் பண்றோம்.அப்படிப்பட்ட சந்திரன் அம்பாளோட பாதத்துலே விழுந்து கிடக்கிறான். 'நசந்த்ரதாரகம் நேமா வித்யுதோ பாந்தி'' என்கிறது 'கடோப

நிஷத்.' சந்திரனும், நக்ஷத்திரங்களும் அவளுடைய லோகத்திலே பிரகாசிக்கிறதில்லே! வெயில்லே விளக்கேத்தினமாதிரி இருக்கு. அதனாலே தேவியை வணங்கினால், நவக்கிரகங்களும் கட்டுப்படும்.

அதற்காகத்தான் அம்பிகை ஹவிஸ்ஸை ஏத்துக்கறா. இருதயத்திலே இருக்கிற அஞ்ஞானம் என்கிற இருட்டைப் போக்கறாள். அவள் மின்னல் கொடி. அவ சன்னதிக்குப் போனதுமே மனசிலேயுள்ள இருள் போயிடும். நாம பல சஞ்சலங்களோட அவளைப் பார்க்கறோம். ஏழடி உயர மாளிகையாயிருந்தாலும் அக்கினி பொசுக்கிடும்.

"அஹ: ஸூதே ஸவ்யம்" என்று ஆரம்பிக்கிற 48-வது ஸ்லோகமும் இதைத்தான் சொல்றது. இது சௌந்தர்ய லஹரியிலே ஆசார்யாள் அனுப விச்சது. ஸவ்யம்னா வலப்பக்கம். வாமம்னா இடப்பக்கம். சூரிய சந்திராள் கண்ணாயிருக்கா. அப்படியிருக்கும்போது மனசிலே எங்கேயிருந்து இருட்டு நிக்கும்?

காளிதாஸன் ஆடு மேய்க்கிறவன். "அம்மா காப்பாத்து"ன்னு தினமும் காளியை வேண்டிப்பான். போஜராஜா ஒரு கவிஞர். ஒரு நாளைக்கு போஜராஜா "குஸுமே குஸுமோத்பத்தி. ச்ரூயதே நச த்ருச்யதே" அப்படீன்னு சொன்னார். "பூவில் பூ மலர்கிறதுங்கிறதைக் கேட்கிறோமே தவிர பார்க்க முடிகிறதில்லை" என்கிறது இதோட அர்த்தம்.

"மீதி பாதியை சபையிலுள்ளவா பூர்த்தி பண்ணலாம்" என்றார் ராஜா. எல்லா புலவர்களும் பேசாமல் இருந்தா. காளிதாசன் பக்கத்துலே ஒரு அழகான பொண்ணு நின்னுண்டிருந்தாள். அவளைப் பார்த்துண்டே,

"பாலே தவ முகாம் போஜேத்ருஷ்டம் இந்தீவ ரத்வயம்" என்று பாட்டை முடிச்சான் அவன்.

"இந்தப் பெண்ணோட முகத்தாமரையிலே இரண்டு நீலோத்பலம் மலர்ந்திருக்கறதைப் பார்க்க முடிகிறது" என்கிறது இதோட அர்த்தம். ராஜா கேள்விக்குப் பதில் சொல்ற அளவுக்கு, அறியாமை என்கிற இருட்டைப் போக்கி அவனுக்கு அம்பாள் அறிவு கொடுத்திருக்காள். ராஜாவே மெய்மறந்து கையைத் தட்டிட்டார்.

இந்த ஸ்லோகத்தை தினமும் முடிஞ்ச வரை பாராயணம் பண்ணினால் மனசஞ்சலம் போயிடும் அகங்காரம் போயிடும்.

முன்னேயெல்லாம் கோலாட்ட ஜோத்ரைன்னு நடத்துவர். ஸ்த்ரீகள் வயசு வாரியா கோலாட்டம் போடுவா. நவராத்திரியிலே கோயில்லே கண்டிப்பா கோலாட்டம் இருக்கும். கோலாட்டத்தைக் கண்ட அம்பாள் சந்தோஷப்படறா என்கிறது 172-ஆவது ஸ்லோக வரி. சின்ன வயசுலே பளிச்சுனு பாவாடை, சட்டையோட குனிஞ்சு நிமிர்ந்து கோலாட்டம் போடறது தனி அழகு. புதுசு புதுசா கோலாட்ட கோல்கள் விற்கும். பணக்காரா அரசப் பிரதட்சணத்துக்குக் கோலாட்டக் கோல்களை எண்ணிக்கைக்குப் போட்டு தானம் பண்ணுவாள். இப்போ கல்யாணத்துக்குக் கச்சேரி வைக்கிற மாதிரி அப்போ கல்யாண ஊர்வலத்து சாரட் முன்னால கோலாட்டமும் நடக்கும். கோலாட்ட ஓசை பைசாசங்களைத் துரத்தும்.

நவராத்திரி கொலுவிலே ஒவ்வொரு நாள் ஒவ்வொருத்தர் வீட்டிலே கோலாட்டம் நடக்கும். முன்னேயெல்லாம் கோலாட்ட ஜோத்ரையிலே பல கல்யாணங்கள் நிச்சயமாயிருக்கு. பொண்ணு பாத்துட்டு, வேண்டாமென்று சொல்ற அவலமெல்லாம் அப்ப இல்லே!

ஹம்ஸ மந்திரத்தின் கருத்தாயிருக்கிறவ அம்பாள். இவா வேண்டியவா, அவா வேண்டாதவான்னெல்லாம் தேவி பார்க்கிறதில்லே! அப்படீன்னா ஏன் அம்பாளை ஆராதிக்கணுமிங்கற கேள்வி வரதுல்லியா? புண்ணியம் சேர்ந்தா

நல்லது நடக்கும். அடுத்த ஜென்மாவிலே கஷ்டப்பட வேண்டாம். இந்த ஜென்மாவுலேயே பாவங்கள் கரைஞ்சு போகும். பாவ காரியம் பண்ண மனசு பயப்படும். பரிட்சைக்கு நன்னா படிச்சிருக்கோம். ஆனாலும் பரிட்சை எழுதும்போது கேள்வியோட பதில் மறக்கப்படாதில்லையா? மழைக்குக் குடை மாதிரி, வெயிலுக்கு செருப்பு மாதிரி அம்பாளோட கருணை கட்டாயமாக வேணும்.

175-வது வரி, மகிழ்ச்சியளிக்கிறவள் தேவி என்கிறது. ஆனந்தம் மகிழ்ச்சி ரெண்டும் ஒண்ணு தானேன்னு நினைக்கலாம். பேரக் குழந்தை கையையும், காலையும் உதைச்சுண்டு சிரிக்கிறானே! அதைப் பார்க்கறப்போ ஏற்படறது மகிழ்ச்சி. தூங்கற குழந்தையைப் பார்த்து பூரிக்கிறோமே அது மகிழ்ச்சி.

நாம உழைச்சு வருமானத்தைக் கொண்டு வந்து மத்தவாளையும் அனுபவிக்கப் பார்க்கறது ஆன்ந்தம். தனியா சாப்பிட்டா ருசிக்காது. 'அவங்களுக்குப் போடு' என்று விட்டுக் கொடுக்கறப்போ கிடைக்கிறது ஆனந்தம். அவளை விடாம வழிபட்டால் ரெண்டையும் தருவா.

கண்ணனோடு பிறந்தவள் அவள். கம்சனுக்கு எட்டாவது குழந்தை வேணும். அதை அழிக்கணும். அதுக்காக யசோதை வயிற்றிலே பிறந்தாள். கிருஷ்ணன் வளர ஒரு இடத்தை உண்டு பண்ணினவ அவ. பிணைக் கைதியாயிருக்க எத்தனை தைரியம் வேணும்? மாயையான அவளுக்குத்தான் அந்த தைரியம் இருந்தது. குழந்தை பெத்தவாளுக்குத் தான், பால் சுரக்கும். யசோதை பண்ணின தவம், அம்பாளை சுமந்து ஸ்ரீமந்நாராயணனுக்குப் பாலூட்டினாள்! வசுதேவர் பண்ணின தவம், இரண்டு பேரையும் சுமந்துகொண்டு போனார். கம்சன் மாயையான அம்பாளின் பாதத்தைப் பிடித்ததால் தான் அவனைக் கொல்லாமல் விட்டாள்.

'நந்தகோப க்ருஹே ஜாதா யசோதா-கர்ப்ப-ஸம்பவா' என்கிறது தேவி மாஹாத்மியம். நாராயணனோடு பிறந்ததால் அவள் நாராயணி என்றும் அழைக்கப்படுகிறாள். வாசுதேவன் ஒளிந்து வளர, கம்சன் கையில் அகப்பட, தானே இசைந்து வந்த அந்த தேவி, ஜனங்களோட துன்பம் தீரவும் உதவிக்கரம் நீட்டுவா.

'ஹாஹா, ஹூஹு' முதலான கந்தர்வர்களால் துதிக்கப்பட்டவள் அம்பாள். ஆனி, ஆடி மாசத்துலே கிரிஷ்மருது காலத்துலே சூரியனோட தேரிலே இனிமையாப் பாடி சந்தோஷப்படுத்தறவா அவா. 'கந்த'ன்னா வாசனை. காதுக்கு, மனசுக்கு வாசனையாக பாடறதாலே அவாளுக்குக் கந்தர்வான்னு பேரு. நாரதர், தும்புரு, விசுவாவசு, ஊர்ணாயு, சூர்ய வர்ச்சசு, சித்திர சேனன், உக்கிர சேனன், வசுருசி, சித்ராங்கதன், திருதராஷ்டிரன் இவா பத்து பேரும் மீதி பத்து மாசங்களும் சூரியனோட ரதத்துலே பாடுகிற கந்தர்வா.

இதிலே வருகிற சித்திரசேனன் தான் துரியோதனனைக் கட்டி இழுத்துண்டு போனான். தருமபுத்திரர் சொன்னபடி பீமனும், அர்ச்சுனனும் தான் துரியோதனனைக் காப்பாத்தினா.

'ஹா ஹா ஹூஹு'வுக்கு அப்படி என்ன விசேஷம் என்று கேட்டால் அவா உத்தராயணம் கடைசியிலும், தக்ஷிணாயணம் முதலிலேயும் சூர்யத் தேர் திரும்பறப்போ ரதத்துலே பாடறா. நன்னாப் பாடுகிறவர்களை, 'ஆஹா'ன்னு பாராட்டறப்போ நீ, 'ஹாஹா' மாதிரிப் பாடறேன்னு சொல்ற மாதிரிதான்!

சந்திரனை இடது கண்ணா வைச்சுண்டாலும் அவளுக்குத் தேய்தலும் வளர்தலும் கிடையாது. அதனால்தான் அம்பிகை நித்யா என்று அழைக்கப்படறா. (வயோ ஞு வஸ்த்தா-வி வர்ஜிதா) வயதால் நிலை மாறாதவள் பரதேவதை.

வெண்ணெயைப் போன்ற இதயமுடையவள் அவள் வெண்ணையைப் போல் தூய்மையான உள்ளத்திலே வாழுகின்றவள், அம்பிகை.

மகிஷாசுரனை சம்ஹாரம் பண்ணினப்போ அவனோட அறுபட்ட கழுத்திலே ஒரு சிவலிங்கம் இருந்தது. அதை துர்க்காதேவி கொண்டு வந்து காமாட்சியம்மன் கிட்டே கொடுத்தா. ஆனால் அது பார்வதி கையிலேயே ஒட்டிக்கொண்டது. கௌதம ரிஷி பக்கத்திலே இருந்தார். "ஏன் இப்படியாச்சுன்னு" கேட்டாள் அம்பிகை.

"மன்னத ரிஷி கையிலே சிவலிங்கத்தோடதான் தவம் பண்ணுவார். ஒருநாள் மகிஷாசுரன் அவரை லிங்கத்தோட கபளம் பண்ணிட்டான். லிங்கம் தொண்டையிலே சிக்கிக் கொண்டு விட்டது. அதுதான் இது. லிங்கம் கழுத்திலே இருக்கும் போது அழிச்சதாலே கையிலே ஒட்டிக் கொண்டு விட்டது" அப்படின்னார் கௌதமர்.

"சரி. இதை எங்கே எப்படி ஸ்தாபிக்கறது" என்று கேட்டாள் காமேஸ்வரி. "நவதீர்த்தங்களிலே ஸ்நானம் பண்ணினால் இந்த லிங்கம் விடுபடும். விடுபட்ட இடத்திலே ஸ்தாபிதம் பண்ணலாம்" என்றார் முனிவர்.

அம்பாளுக்கு நினைச்ச மாத்திரத்திலே நவதீர்த்தங்களும் வந்தது. கத்தியாலே பூமியைக் கீறினா. கட்கம் என்றால் வாள். அந்த தீர்த்தம் கட்க தீர்த்தமாச்சு. அதிலே நீராடினாள் தேவி. லிங்கத்தைக் கரையிலே பிரதிஷ்டை பண்ணி பூஜிச்சா. அந்த ஸ்வாமி பேர் பாப விநாசக லிங்கம். எல்லாம் லோகபாவனை. அம்பாளுக்குத் தெரியாமல் கௌதமரைக் கேட்டாளா? இல்லே. அகலிகை புருஷனுக்கு மகத்துவம் சேர்த்தா! கௌதமர் அம்பிகையை பூஜை செய்யாத நாள் ஏது?

51 அட்சரங்களாக இருக்கிறவள் தேவி. திருவாரூரிலே அட்சர பீடம்னே இருக்கு. கமலாம்பா சன்னதிக்கு தென்மேற்கு மூலையிலே இதை தரிசிக்கலாம்.

இந்திர கோபம்னு ஒரு பூச்சி இருக்கு. அது சிவப்பாயிருக்கிறதாலே அந்தப் பேரை வைச்சிருக்கணும். மாணிக்கம் போலேன்னு கூட சொல்லியிருக்கலாம். ஆனா அப்படிச் சொல்லாமல் இந்திர கோபப் பூச்சியைப் போல் சிகப்பா வஸ்திரம் உடுத்திண்டிருக்கிறதாக சொல்லப்பட்டிருக்கு. இந்த சிகப்புக்கு சில குணங்கள் உண்டு.

இரத்தம் சிகப்பு. குங்குமம் சிவப்பு. பதவி வேணுமா? சிவப்பு ஆடை சார்த்தணும். செவ்வாய் தோஷம் போகணுமா பவழமாலை போட்டுக்கணும். கௌரவத்தையும், செல்வாக்கையும் தேடறவா சூரியனை ஆராதிக்கணும். சூரியன் அவளுக்கு வலது கண்ணில்லையோ? ஆதித்ய ஹிருதயத்தைப் பாராயணம் பண்ணித்தான் ஸ்ரீராமபிரான் இராவணனை ஜெயிச்சார் என்கிறது இராமாயணம். எதிரிகளை மடக்கணுமின்னா சிவப்பு வஸ்திரத்தாலே தான் அலங்காரம் பண்ணணும்.

பத்தாவது எழுத்து 'ல'

பஞ்ச தசாக்ஷரி மந்திரத்திலே பத்தாவது எழுத்து"ல." அந்த ரூபமாயிருக்கிறதா 181-வது ஸ்லோக வரி சொல்றது.

கொடியைப் போல மனதிலே இருத்தி ரிஷிகள் அவளை பூஜித்திருக்கிறார்கள். பதிவிரதா ஸ்த்ரீகளால் அவள் ஆராதிக்கப்பட்டவள். சதி சாவித்திரி, அவளை பூஜித்ததால்தான் எமன் அவளோட கண்களுக்குத் தெரிஞ்சான். அவளும் தன் புருஷனோட உயிரை வாக்கு சாதுரியத்தாலே மீட்டுக்கொண்டு வந்தாள். மதயந்தின்னு ஒரு பதிவிரதை, கௌரி பூஜை பண்ணி கணவனோட சாபத்தைப் போக்கி ராஜ்ஜியத்தை மீட்டுக் கொடுத்தாள். ருக்மணி, சக்தியை பூஜைபண்ணித் தான் ஸ்ரீகிருஷ்ணனைப் பதியாக அடைந்தாள்.

பரீக்ஷித்து ராஜா சொர்க்கத்துக்குப் போகலே. அதுக்குக் காரணம் அவனோட பிள்ளை ஜனமேஜயன் சர்ப்பயாகம் செய்ததுதான்! அந்த சர்ப்ப யாகத்தை ஜரத்காரு ரிஷியோட புத்திரர் அஸ்திகர்தான் நிறுத்தினார். சர்ப்பயாகத்தை நடத்தியது உத்துங்க முனிவர். அம்பாளுக்குக் கோவில் கட்டி வழிபடச் சொன்னார் வேதவியாசர். தேவி பாகவதத்தையும் கூறியருளினார். பரீக்ஷித்து சொர்க்கம் சேர்ந்தான்.

பிருகு மகரிஷியோட பாரியாள் கியாதி. தேவியை பூஜை பண்ணி மகாலக்ஷ்மியை மகளா அடைஞ்சா. அப்போ லக்ஷ்மி யோட பேர் பார்க்கவி. அவளோட கூடப் பிறந்தவார்கள் தாதா, விதாதா என்று இரண்டு பேர். எல்லாரும் தேவி உபாஸனை பண்ணி தேஜஸை அடைந்தாள். விதாதா வோட பிள்ளைதான் மிருகண்டு ரிஷி. இவர் மார்க்கண்டேயரோட தகப்பனார். மார்க்கண்டேயரோட மைந்தன் வேதசிரன். அவனும் தேவி பக்தன்தான்!

சுத்யும்னன் சிவ சாபத்தால் இளை என்கிற பெண்ணா யிட்டான். இளைன்னா மிகவும் இளமையாயிருப்பவன் என்று அர்த்தம். புதபகவான் இளையை விவாகம் செய்துண்டார். அவாளுக்குப் பிறந்தவன் தான் புரூரவன். ரிஷிகளெல்லாம் யாகம் பண்ணி இளையை மறுபடியும் சுத்யும்னனாக மாற்றினர். அனைத்துக்கும் தேவி அருள்தான் காரணம். சூரியனோட பிள்ளை மனு. மனுவோட கடைசிப் பிள்ளை பிருக்ஷத்திரன். அவன் சுத்யும்னனோட தம்பி. குருவான வசிஷ்டருக்கு நிறையப் பசுக்கள் சொந்தமாயிருந்தது. எல்லாம் தானமாகக் கிடைத்தவை.

சொல்லும் வேலையை சிஷ்யர்கள் மறுக்காமல் செய்ய வேண்டும். பசுக்கூட்டத்தைக் காவல் காக்கச் சொன்னார் வசிஷ்டர். ராத்திரி ஒரு புலி வந்து பசு நிரையிலே நுழைந்து விட்டது. சட்டுனு அம்பு விட்டான் பிருக்ஷத்திரன். புலி ஓடி விட்டது. ஆனா அம்பு குறி தவறி ஒரு பசுவைக் கொன்று விட்டது. அதுக்குக் காரணம் அவனுக்கு தேவி உபாசனை இல்லே! வசிஷ்டரோட சாபத்துக்கு ஆளானான்.

அருந்ததி, மானசீகமாக தேவி பூஜை பண்ணியே ஆகாயத்துலே நக்ஷத்திரமானாள்.

பிரளயத்துக்கும், சிருஷ்டிக்கும், காத்தலுக்கும் தேவிதான் காரணம் அவ அனாதியானவள். பெண்கள் நடனமாடினால் அது

நாட்டியம். ஆண்கள் ஆடினா அதுக்குத் தாண்டவம்னு பேரு. நடனம் ஆடறதுக்காகவே அவ அப்ஸரஸ்த்ரீகளைப் படைச்சிருக்கா. நல்ல நடனத்தை அவள் ரஸிக்கிறாள்! தாள லயங்கள் அவளுக்குப் பிடித்தமானது. நர்த்தனமாடுகிறபோது அவர்களாகவே மாறிடறதாக தேவி பாகவத்திலே சொல்லியிருக்கு.

அலம்புஸா என்கிற அப்சரஸை திருண பிந்து ராஜா விரும்பி மணந்து கொண்டிருக்கான். அவர்களின் பிள்ளை விசாலன் தான் வைசாலி நகரத்தையே ஏற்படுத்தினவன். அந்த வம்சத்திலே வந்த ஸோமதத்தன் பத்து அஸ்வ மேத யாகம் பண்ணினவன். எல்லாம் அம்பாளோட கடாட்சம்!

அம்பாளிடம் இல்லாதது எது? எதையும் அடைய வேண்டும் என்ற அவசியம் அவளுக்கில்லை!

அவளுடைய உத்தரவை யாரும் மீற முடியாது. யாருடைய கட்டளையும் அவளைத் தடுத்து நிறுத்த முடியாது. சிவனோட உத்தரவையும் மீறித்தான் அவ தட்சயாகத்துக்குப் போனாள். பெத்தவங்க தப்பை பிள்ளைகள் பெரிசு படுத்தக்கூடாது என்கிறதை லோகத்துக்குப் புரியவைக்க! அவளுக்குத் தெரியாதா தட்சனோட அகம்பாவம்! சிவ பெருமானை அவமரியாதை பண்ணினவன் உலகத்திலே இருக்கக்கூடாதுன்னு நினைச்சா! பூலோக மனுஷாளுக்கு சக்தி பீடங்களாயிருந்து அருள் புரியணுமின்னு முடிவு கட்டினாள். இது அவளோட தீர்மானம்.

அம்பாள் புருவ அசைப்பிலே எல்லாத்தையும் அறிவிக்கிறதாக சௌந்தர்ய லஹரியோட 24-ஆவது ஸ்லோகமும் சொல்றது.

ஈடு இணையில்லாத, எதோடவும் ஒப்பிட முடியாத அழகுடையவள் அவ. தேவியோட பாத நகங்கள் கண்ணாடிபோல் பளபளப்பாயிருக்கும். அந்த நகங்களின்

நடுவிலேயிருந்து பலகோடி பிரம்மாண்டங்களும், தேவர்களும், அப்சரஸ்களும், கந்தர்வர்களும், மற்ற பேர்களும் வந்ததைப் பார்த்ததாக பிரம்மா சொல்றார். அவ அழகோட அமுதசுரபி. அது வற்றாமல் கொட்டுகிற அருவி.

சுலபமா ஸித்திகளை வழங்கறவ அம்பிகை. சௌபரின்னு ஒரு ரிஷி. ஒருமாமாங்கம் ஜலத்துக்குள்ளேயே தவம் பண்ணிக் கொண்டிருந்தார். அவருக்கு பறவை, மிருகம், ஊர்கிற அனைத்து ஜந்துக்களின் பாஷையும் தெரியும்.

தண்ணிக்குள்ள சம்மதன்னு ஒரு பெரிய மீன். அதோட உடம்பிலே பேரன், பேத்தின்னு ஏகப்பட்ட மீன்கள் விளையாடறதைப் பார்த்தார். நாமளும் கல்யாணம் பண்ணிண்டு உறவுகளோட ஆனந்த மாயிருக்கணுமின்னு முடிவு பண்ணினார். அம்பாளை வேண்டிண்டு சண்டிகா ஹோமம் பண்ணினார். 'நீ நினைச்சது சித்திக்கும்' னு வரம் கொடுத்தா தேவி.

மாந்தாதாவுக்கு ஐம்பது அழகான பெண்கள், மாந்தாதா, தேவி உபாசகராச்சே! கேட்கணுமா? மாந்தாதா கிட்டேபோய் "ஐம்பது கன்னிகை வைச்சிருக்கியே! யாராவது ஒருத்தியை எனக்குக் கன்னிகாதானமாக் கொடு" என்று கேட்டார் ரிஷி.

'தலையெல்லாம் பனி பெஞ்ச மாதிரி இருக்கிற இவரா மாப்பிள்ளை' என்று யோசிச்சார் ராஜா. மறுக்கவும் பயம், சபிச்சுடுவாரோ என்று! ராஜா தந்திரமாக "நான் ஸ்த்ரீகளுடைய அபிப்ராயத்துக்கு அதிகமாக மதிப்புக் கொடுக்கணுமின்னு நெனைக்கிறேன்"னார்.

"நல்ல சுபாவம் தான்! உன் பெண்களிலே ஒருத்தி ஆசைப்பட்டால் உனக்கொண்ணும் ஆட்சேபணை இல்லையே"ன்னு கேட்டார் ரிஷி.

மாந்தாதாவுக்குச் சிரிப்பு வந்தது. அடக்கிண்டார். இந்த தொண்டுகிழத்தை எவ ஆசைப்படப் போறான்னு நினைச்சு அலட்சியமாக ஒரு சேவகனைக் கூப்பிட்டு அவரை அந்தப்புரத்துக்கு அழைத்துக் கொண்டுபோகச் சொன்னார்.

அந்தப்புர எல்லை வந்ததும் "நான் போயிக்கறேன். நீ இங்கேயே இரு" என்று சேவகனைத் தடுத்து நிறுத்திவிட்டார் ரிஷி.

மன்மதனைப் போல அழகான ரூபம் எடுத்துக்கொண்டார். ஐம்பது பேரும் அவரைக் கல்யாணம் பண்ணிக்க ஆசைப்பட்டார்கள். மாந்தாதா, 'இவர் கிட்டே ஏதோ சக்தி இருக்கு'ன்னு நினைச்சு எல்லாப் பெண்களையும் சௌபரி ரிஷிக்குக் கல்யாணம் பண்ணிக் கொடுத்தான்.

அம்பாளோட அனுக்கிரகத்தாலே விஸ்வகர்மா ஒரே மாதிரி ஐம்பது அரண்மனை கட்டிக் கொடுத்தார். நந்தவனம் என்ன, தடாகங்கள் என்ன, அருவிகள் என்ன, அற்புதமாக வாழ்ந்துண்டிருக்கார். மாந்தாதாவும், அவனோட பார்யாள் இந்துமதியும் வந்து பார்த்து அதிசயப்பட்டுப் போறா. சௌபரி முனிவர் ஐம்பது ரூபம் எடுத்து எல்லாப் பெண்களையும் சந்தோஷப்படுத்தறதை அறிந்து பிரமிக்கிறார்கள். ஆளுக்கு இரண்டு குழந்தையாக நூறு குழந்தைகள் பிறக்கிறா. இத்தனையிலும் யாரும் தேவி பூஜையை மறக்காமல் செய்யறா. இந்த சௌபரி முனிவரோட சரித்திரத்தைத் தினமும் படிக்கிறவாளுக்கு தீயசிந்தனைகள் உண்டாகறதில்லே.

190-வது ஸ்லோகம் 'லக்ஷ்மணா க்ரஜபூஜிதாயை'ன்னு இருக்கு. லக்ஷ்மணன் காட்டுக்குப் போகலேன்னா இராவண வதமே இல்லே! தானும் கூடவே காட்டுக்கு வருவேன்னு அவன் பிடிவாதம் பிடிச்சது இராமன் மேலேயிருந்த பாசம். சுக்ரீவன் கிட்டேயிருந்த நகைகளிலே கொலுசையும் மெட்டியையும்

அவன் அடையாளம் காட்டினது, மதனி மேலே இருந்த மரியாதை. லக்ஷ்மணன் வரவில்லையென்றால் ராமர் தனியாக சீதையை விட்டுட்டு மான் பின்னாடி போயிருப்பாரா? சீதா தேவி தான் யாரைத் திட்ட முடியும்? அதனாலேதான் ஸ்ரீராமனை 'லக்ஷ்மணாக்ரஜ'ன்னு சொல்லி த்ரிசதியிலே கௌரவப்படுத்தியிருக்கா. அப்பேர்ப்பட்ட ஸ்ரீராகவன் அம்பிகையை ஆராதிச்சு யுத்தத்திலே வெற்றியைத் தேடிண்டிருக்கார். நாமும் அவளை பூஜை பண்ணி ஜெயத்தை அடையணும்.

செய்கையாலே தேடிக் கொள்கிற பயனில்லே ஈஸ்வரி. வேதங்களை ஒப்பிக்கறதாலே ஆத்மா ஈஸ்வரியை அணுகறதில்லே! புத்திசாலித்தனம் மட்டும் முழுத் திருப்தியைத் தராது. தர்க்க சாஸ்திரம் படிச்சு மடக்கி மடக்கிக் கேள்வி கேட்கிறதாலே தெய்வத்தோட ஒன்ற முடியாது. மனம் சலனப்படாமல், போக்குவரத்து இல்லாமல், அலைபாயறது இல்லாமல் பிரார்த்தனை பண்ணுகிறப்போ ஜீவனில் அவள் வாழுகிறாள். இந்த மாதிரியான பக்திதான் அவ நெருக்கத்துக்கு நம்மை அழைத்துக் கொண்டு போகும்.

அவளோட ஆயுதங்களிலே ஒண்ணு கலப்பை. கலப்பைன்னதும் முதல்லே நினைவுக்கு வரது பலராமர்தான். அவர் ஆதிசேஷ அம்சம். அவளும் நாகேஸ்வரி. கிருஷ்ணருக்கும், ஜாம்பவதிக்கும் பிறந்த சாம்பன் துரியோதனன் குமாரியின் மேலே ஆசைப்பட்டு அவளைத் தூக்கிண்டு போயிட்டான். விடுவார்களா? பிடிச்சு உள்ளே போட்டுட்டா.

இது தெரிஞ்சதும் யாதவப் படை கிருஷ்ணர் தலைமையிலே புறப்பட்டது. பலராமர் தடுத்துட்டார். 'இதுக்கெதுக்கு யுத்தம்? துரியோதனன் என்னோட சிஷ்யன். சொன்னா விட்டுடுவான்'னு கலப்பை யோட புறப்பட்டு வந்தார். நேரா அஸ்தினாபுரம்

போகாமல் வழியிலே ஒரு தோட்டத்திலே தங்கி, தான் வந்திருக்கிறதை சொல்லி அனுப்பினார்.

பீஷ்மர், கர்ணன், துரியோதனாதியர் எல்லோரும் வந்து மரியாதை பண்ணினா. 'சாம்பனை விடுதலை பண்ணணும்னு எங்க தாத்தா உக்கிர சேன ராஜா சொல்லி அனுப்பினார்' னார் பலராமர்.

'அதெல்லாம் முடியாது' ன்னு எல்லோருமாக சேர்ந்து சொன்னதும் பலராமர் ஆதிசேஷன் அம்சமாச்சே! கோபம் சீறிண்டு வந்தது. தரையை உதைச்சார். பூமி பிளந்தது. கலப்பையை எடுத்து கோட்டை மதில்மேல் மாட்டி இழுத்தார். பூகம்பம் வந்தது போல பூமி அசைஞ்சது. திரும்பிப் போனவா அத்தனை பேரும் ஓடிவந்து மன்னிப்புக் கேட்டா. சாம்பனைத் தன் புத்திரியோட ஒப்படைக்கிறதா துரியோதனன் ஒத்துக்கொண்டதாலே கலப்பையைத் திருப்பி எடுத்துண்டார் பலராமர்.

இங்கே அம்பாள் கலப்பையோட இருக்கறது, குடியானவாளுக்கு கிருபை பண்ண. ஜனங்களோட மனசுலே இருக்கிற கல்மிஷங்கற கட்டிகளைக் கரைக்க, புத்தியைப் பதப்படுத்தறத்துக்காக.

மகாலக்ஷ்மியும், சரஸ்வதியும் கையிலே சாமரத்தைக் கொண்டு வீசற பாக்கியத்தைப் பெற்றவள் புவனேஸ்வரி. அகிலாண்டேஸ்வரியை வணங்குவதால் செல்வமும், கல்வியும் தானே வசப்படும். காளிதாசன் அன்னையோட அருளாலே போஜராஜாவுக்கு சமமாவே நடத்தப்பட்டான்.

காளி கோபமானவ. அசுர ஸம்ஹாரம் பண்ணினவ. அவளோட கிருபையாலே வாக்கிலே பாரதி குடியிருந்தா. காளிதாசனுக்கு ராஜ நிதியும், போகமும் கிடைச்சது.

வேற்று ஆடவரோட சில ஸ்த்ரீகள் பேசவே கூச்சப்படுவா. தன்னோட உண்மையான சிறப்பைக்கூட மத்தவா புகழ்ந்தால் சில பேர் வெட்கப்படுவா. ஆமை ஓட்டுக்குள்ளே உடம்பை இழுத்துக்கற மாதிரி அந்த இடத்தை விட்டு நகர்ந்துடுவா. லோகப்பழிக்கு பயப்படறவா ஆராதிக்கறச்சே அம்பிகை ஆனந்தப் படறாளாம்!

ஏன் அப்படீன்னா அவா அம்பாளை தர்ம சங்கடப் படுத்தும்படியான வரத்தைக் கேட்கமாட்டா. தகாத ஆசையெல்லாம் அவாளுக்கிருக்காது. அம்பாளை பூஜிக்கிறதே பூர்வஜென்ம புண்ணியம், பரவசம்னு நினைச்சு ஆராதிக்கிறவா அவா.

பதினோராவது மந்திரம் 'ஹ்ரீம்'

பஞ்ச தசாக்ஷரீ மந்திரத்தின் பதினோராவது எழுத்து; காமராஜ கூடத்தின் கடைசி எழுத்து 'ஹ்ரீம்'. அம்பாள் ஹ்ரீங்கார சொரூபிணி-பிரணவத்துக்கும் ஆதியானவள். இது புவனேஸ்வரி பீஜம் எனப்படுகிறது. லக்ஷ்மீ பீஜம் ஸ்ரீம்-காமபீஜம் க்லீம். உயிர்களைக் காப்பாற்றும் ஸ்திதிகாலத்தில் ஒவ்வொரு ஜீவனிலும் அவள் வியாபித்திருக்கறதாக சொல்லப்படறது. அதனாலேதான் யாரையும் நம்ம குழந்தைகளாகவே இருந்தாலும் திட்டக்கூடாது, அடிக்கக் கூடாது என்று பெரியவர்கள் சொல்லி வைத்திருக்கிறார்கள்-ஆசிரியர் ஸ்தானத்திலே இருந்தாலும் எதிரே இருக்கறது தெய்வமென்றால் கடிஞ்சு பேசுவோமா?

கேரளாவிலே வில்வ மங்களம் என்று ஒரு சுவாமிகள் இருந்தார். பகவான் கிருஷ்ணர் அவரோட நேரா பேசுவார். ஒரு தடவை பூஜை சாமான்களை கொட்டி, உருட்டி குறும்பு பண்ணினார் பகவான். அதட்டிப் பேசிட்டார் சுவாமிகள். கண்ணன் அதுக்கப்புறம் 'அனந்தங்காட்டுக்கு வா'ன்னு சொல்லிட்டு மறைஞ்சிட்டார். குழந்தைகளை இம்சிச்சா, மறு

ஜன்மாவிலே சந்தான பாக்கியம் கிடைக்காது. பார்யாளை கஷ்டப் படுத்தினால் அடுத்த பிறவியிலே கல்யாணமே நடக்காது. எந்தப் பொருளும் கையிலே இருக்கறவரை அதோட அருமை தெரியாது. தாய் தகப்பனாரை அலட்சியப் படுத்தினால் அடுத்த ஜென்மாலே பிறக்கும் போதே அவாளை இழக்க வேண்டிவரும். பணத்தைக் கூட ஆடம்பரமாக விரயம் பண்ணக் கூடாது.

அரிமர்த்தன பாண்டிய ராஜா தூங்கிக் கொண்டிருந்த சோமசுந்தரப் பெருமானை அடிச்சார். அந்த அடி ராஜா மேலேயும் பட்டது. நம்மோட பாவங்கள் சுவத்திலே எறியப்பட்ட பந்து மாதிரி நம்மகிட்டேயே திரும்பி வரும்.

ஹ்ரீம் என்கிற ஸ்லோகம் அம்பிகை தலையிலே ரத்தினமாக ஒளி வீசறது. இடைவிடாமல் அதை ஜெபிப்பதால் முகத்திலே தேஜஸ் பிறக்கும். நல்லவா சினேகம் கிடைக்கும். எண்சாண் உடம்புக்கு சிரசே பிரதானம். அதனாலே சூரிய ஒளியிலேயிருந்து மரம், செடி, கொடிகள் கிரகிச்சுக்கற மாதிரி இந்த மந்திரத்தை உபாசிக்கிறவர்களுக்கு புத்தி அற்புதமாக வேலை செய்யும். ஹ்ரீங்காரங்கறது யாககுண்டம். அதிலே ஜ்வாலையா இருக்கறவ பவானி. அக்கினிக்கு வாசஸ்தலம் ஸ்வாதிஷ்டானம். அது ஆறுதள தாமரை, அங்கே அம்பிகையின் பேர் ஸமயாம்பிகை. அக்னி க்ஷேத்திரம் திருவண்ணாமலை. அங்கே அம்பாள் பேர் உண்ணாமுலை.

அக்னி ஸுக்தத்தைச் சொல்லிக்கொண்டே சந்தனம் அரைச்சாராம் மகான் ராகவேந்திரர். அந்த சந்தனத்தைப் பூசிண்டவாளுக்கு உடம்பெல் லாம் எரிஞ்சதாம். பிறகு வருண மந்திரத்தைச் சொல்லி குளிர்விச்சிருக்கார். வயிற்றில் இருக்கும் அக்னி, பசி. அதுக்கு இரை போடலேன்னா சுத்தி இருக்கிற சதைகளைத் தின்னும். போன ஜென்மாவிலே அக்னியை

அவமதிச்சவாளுக்கு இந்தப் பிறவியிலே பசி எடுக்காது. அக்னிக்குக் கோபம் வந்தா நஷ்டப்படுத்துவான்.

பரமசிவனாலே எரிக்கப்பட்ட மன்மதனை தேவிதான் எழுப்பித் தந்தா. தீபத்திலே இருக்கறதும் அக்கினி, கற்பூரமா எரியறதும் அக்னி! மனுஷ வாழ்க்கையில் அக்கினி கட்டாயமாக இடம் பிடிச்சிருக்கு. நீரும், நெருப்பும் இல்லாமல் திதி கொடுக்க முடியாது.

சரீரத்திலே சூடு இல்லேன்னா அதுக்கு வேறே பேராயிடும். அந்த உஷ்ணம் தான் அம்பாள். சந்திரப்பிரபையோட அமிருத கிரணங்களும் அவதான்!

சௌந்தர்ய லஹரியிலே ஆசார்யாளும் அதைத் தான் நிறைய ஸ்லோகத்திலே சொல்லியிருக்கா. சந்திரன் மரகதப் பாத்திரம். அவனோட கதிர்கள் பச்சைக் கற்பூரம்.

காமேஸ்வரஸுரி தன்னோட 'அருணா மோதினி'யிலே சூரியனை, தேவியோட கிரக தீபம் என்கிறார். மேரு பர்வதம் அவள் விளையாடுகிற இடமாம். ஆகாயம் தான் அவள் கிரகத்துக்கு மேற் கூரையாம். சந்திரன் வாசனைத் திரவியம் வைக்கிற சம்படமாம். எப்படியெல்லாம் தேவி உபாஸகர்கள் வர்ணித்து சந்தோஷப்பட்டிருக்கா. தன்னோட தாடங்கத்தை வீசி எறிஞ்சு அமாவாசையன்னிக்கு நிலாவை வரவழைச்சவளாச்சே அம்பிகை! அபிராமிபட்டர் கீழே அக்னி எரிய, மேலே உறியிலிருந்து அந்தாதி பாடறார். அவரை உஷ்ணம் தாக்காம இருக்க அவளுடைய தோடு நிலவாகக் குளிர்ந்தது.

சூரியப் பிரபையும் அவதாங்கறது 207-வது வரி. சூரியன் அம்பாளோட பாதாரவிந்தங்களுக்கு முன்னாலே நமஸ்காரம் பண்ண வரானாம். அப்போது தன் வெப்பத்தைக் குறைத்துக் கொள்கிறானாம்! அம்பிகையோட முகம் தாமரையில்லையா? சூரியனோட ஒளியிலே அது கண்ணாடி போலத் தெரிகிறதாம்!

ஹ்ரீங்காரம் என்கிற மேகத்திலே அவள் மின்னல் கொடிபோல இருக்கிறாள் என்கிறது அடுத்த வாக்கியம். சௌந்தர்யலஹரியின் 40-வது ஸ்லோகமும் இதையே உறுதிப்படுத்துகிறது. சம்சாரத்தில் வரும் இருட்டுக்கு அம்பாள் மின்னலாயிருப்பாள். கெட்ட கனவு வந்தா இந்த ஸ்லோகத்தைப் பாராயணம் பண்ணினால் கனவு பலிக்காது. நல்ல கனவு பலிக்கும். ஐஸ்வர்யம் பெருகும்.

அந்த மின்னல்கொடி திருவானைக்காவல்லே அருள் புரியறா. ஹ்ரீங்காரம் என்கிற கிழங்கோட முளையானவ அம்பிகை. ஹ்ரீம் என்கிற மந்திரமே அவளோட ஜீவநாடியாகும். ஹ்ரீங்காரம் என்கிற தடாகத்திலே நீந்தி விளையாடுகிற பெண் ஹம்ஸம் அவள். இதையே சௌந்தர்ய லஹரியோட 38-வது ஸ்லோகமும் வற்புறுத்துகிறது.

நன்றாக மலர்ந்த தாமரையைப் போன்றது பக்குவப்பட்ட மனசு. அதிலே மகரந்தமாயிருக்கறது ஞானம். அதை அம்பிகை விரும்பி அனுபவிக்கறாளாம்! மகான்களுடைய நெஞ்சமே மானஸரோவர். அதிலே ஹம்ஸமாய், தேவ தேவியர் சஞ்சரிக்கிறார்கள். அதை வர்ணிக்க எனக்குத் தெரியலேங்கறார் ஆதிசங்கர பகவத்பாதாள். அவற்றோட ஆலாபனை தான் பதினெட்டு வித்தைகளும் என்கிறார் அவர்.

இந்த ஸ்லோகத்தை பாலாரிஷ்டமா கஷ்டப்படற சிசுவுக்காக தினமும் முடிஞ்ச வரை பாராயணம் பண்ணினா வைத்தியர் கிட்டே அடிக்கடி போக வேண்டி இருக்காது.

"ஹம்ஸஸோஹம்" னு சொல்லிக்கொண்டே இருந்தால் பாவங்களெல்லாம் அழிஞ்சு போயிடும். பாரதத்துலே ஹம்ஸத் தியானத்துக்கு ஏற்பட்ட க்ஷேத்திரம் ஆவுடையார்கோயில். பக்தர்களின் குற்றத்தைப் பாலிலிருந்து நீரைப் பிரிக்கிற அன்னம் மாதிரி தேவி பிரிச்சு ஏத்துக்கறாளாம்!

நெருப்பு சுடும்னு யாரும் அடுப்புப் பத்தவைக்காமல் இருக்கறதில்லே! மனுஷாளும் அதே மாதிரி குற்றம் குறை நிறைஞ்சவாதான்! யாரையும் ஒதுக்கக் கூடாதுங்கறார் ஆச்சாரியாள். நதியிலே வெள்ளம் வந்து பல பேருக்கு ஜலகண்டமாயிருக்கு. அதுக்காகத் தீர்த்தாடனம் பண்ணாமல் நதியை நிராகரிச்சவா உண்டாங்கறார்.

நாலு வேதங்கள், சிட்சை, கல்பம், வியாகரணம், நிருக்தம், சந்தஸ், ஜோதிஷம், மீமாம்ஸம், நியாயம், புராணம், தர்ம சாஸ்திரம், ஆயுர்வேதம், தனுர்வேதம், காந்தர்வ வேதம், நீதி சாஸ்திரம்... என பதினெட்டு வித்தைகள்.

யோகிகள் உள் நோக்கி தியானம் செய்யறபோது உடம்பிலேயுள்ள அநாகதச் சக்கரத்தில் எழும் சப்தத்தைக் கேட்கறதுண்டு. அவாளுக்கு ஸ்ரீவித்யா ஷோடசியிலே உள்ள அட்சரங்கள் கேட்கும்.

நந்தவனத்தில் விளையாடுகிற பெண் மயிலான அவள் ஈசனை பூஜிச்சிருக்காள்! நவரத்ன மாலையில் வேதங்களாகிய காட்டிலுள்ள பெண்மயில், ப்ரணவ மென்னும் காட்டிலுள்ள கிளி, வேதங்களான தோட்டத்திலேயுள்ள குயில் என்றெல்லாம் அவ கொண்டாடப்படறா.

'யௌவன வன ஸாரங்கீம் ஸங்கீதாம்' என்கிற வார்த்தைகளால் "யௌவனப் பருவம் என்கிற காட்டில் வாழும் பெண்மான்" என்கிறார் கவி. "சங்கீதம் என்கிற மகரந்தத்தை அனுபவிக்கிற பெண்வண்டு" இப்படியெல்லாம் மகான்கள் மனமுருகிப் பாடியிருக்கா.

"ஹ்ரீம் என்கிற அக்ஷரத்தின் வடிவானவளே' 'ஹ்ரீங்காரத்ரய சம்புடேன மனுனோ பாஸ்யே" என்கிறது "மந்த்ர மாத்ருகா புஷ்பமாலா ஸ்தவம்." மூன்று ஹ்ரீங்காரங்களுக்குப் பெட்டக மாயிருக்கிற அவளை மந்திரத்தாலே சந்தோஷப்படுத்தணும்.

“ஹ்ரீம்காராராங்கித மந்த்ர லக்ஷித தனோ” என்கிற ஆச்சார்யாளின் வாக்கு ரொம்ப வாஸ்தவமானது. “ஹ்ரீம்காரங்களை அடையாளமாக் கொண்ட மந்திரத்தாலே உபாஸிக்கிறவாளுக்கு ப்ரத்யக்ஷமா விளங்குகின்ற திருமேனியை உடையவளே” என்று உருகுகிறார் குரு. ஹ்ரீம் என்கிற மந்திரத்துக்கு அத்தனை மகிமை!

ஹ்ரீங்காரம் என்கிற பாத்தியிலே வளருகிற பூங்கொடி என்று வர்ணிக்கிறது *214*-வது ஸ்துதி. அவதான், பரமேஸ்வரன் என்கிற வைரம் பாய்ஞ்ச மரத்தைச் சுற்றிக் கொண்டிருக்கிற பூங்கொடி.

கண்ணே, மணியேன்னு குழந்தைகளைப் பெத்தவா கொஞ்சுவா. ஆதிசங்கர பகவத் பாதாள் மனசாலே காளாஞ்சிப் பெட்டியை எதிரே வைக்கறேங்கறார். காளாஞ்சின்னா என்ன தெரியுமா? வெத்திலைச் செல்லம் (செல்ல பெட்டி).

செல்லம்னு ஏன் பேர் வந்தது தெரியுமா?

தாம்பூலப் பிரியர்கள் செல்லமா அதை மடியிலே வைச்சுண்டு நாக்கு நமநமக்கும் போதெல்லாம் வெத்தலையை வேஷ்டியிலே துடைச்சு ஆசையா போட்டுக்குவா.

அம்பாள் தாம்பூலப் பிரியை. தாழம்பூவோட பளபளப்பு மாதிரி வெற்றிலையாம்! ருசியான, வாசனையான நல்ல குணமுள்ள பாக்காம்! பாக்குக்கென்ன நல்ல குணம்? சரீரத்துலே அதிகமாக இருக்கற சர்க்க ரையை அது எடுத்துடும். முத்தைப் பொடிச்சுக் கலந்த, கர்ப்பூரம் போல வெள்ளையாயிருக்கிற சுண்ணாம்பாம்! கிராமங்களிலே அதோட பேரை இப்பக் கூட சில பேர் சொல்கிறதில்லே! மூணாவது இருக்கான்னுதான் கேப்பாங்க! ஏன்னா சுண்ணாம்போட சுபாவம் ‘நீத்தறது.’ நாக்கிலேயிருந்து வெளிப்படற பேச்சு அடுத்தவர்களை பொசுக்கிடக்கூடாது என்கிற நல்ல எண்ணத்தாலே பேரைச் சொல்றதில்லே!

அந்த முக்கியமான மூணோட கஸ்தூரி, ஜாதிபத்திரி, லவங்கம், கிராம்புன்னு ஏகப்பட்ட பொருள் உன்னோட தாமரை மாதிரியிருக்கிற வாயோட வாசனையைப் பெறக் காத்துக் கொண்டிருக்கிறது. 'மந்த்ர மாத்ருகா புஷ்ப மாலா ஸ்தவத்திலே' இது பன்னிரெண்டாவது ஸ்லோகம்.

"அம்பாள் ஹ்ரீங்காரம் என்கிற கூண்டிலே வாசம் செய்கிற பச்சைக் கிளி" என்கிறது 215-வது அர்ச்சனை. மதுரையிலே மீனாக்ஷியம்மன் கையிலே கிளி உண்டு. 'கீரா லாப விநோதினீம்' என்கிறது காமாக்ஷி ஸ்தோத்திரம். கிளிபோலப் பேசுவதால் ஆனந்தத்தைத் தருகிறாளாம். கிளி யோடு பேசுகிறதிலே ஆசை கொண்டவளாம் அன்னை.

'ஹ்ரீங்காரப்ரணவாத்மிகாம்' என்று உருகுகிறார் ஆதிகுரு. 'ஹ்ரீம் வடிவமாயிருப்பவள் ஓங்காரரூபமாகவும் இருக்கிறாள்' என்கிறார். சாதகப்பறவைக்குக் கழுத்திலேதான் துவாரம் இருக்கும். நமக்கெல்லாம் ஓட்டை இல்லாததாலே திரவப் பொருளை சுலபமா சாப்பிடறோம். திடப் பொருள் ஜீரணமாகத் தண்ணீர் குடிக்கணும். அது பறவை, விலங்காயிருந்தாலும் ஒரே அளவு கோல்தான்!

அதனாலே சாதகப்பறவை மழைக்காக ஆகாயத்தையே பார்த்துண்டிருக்குமாம்! மழை பெய்யும் போது கழுத்தைச் சாய்த்து மழைத் துளியைப் பருகி பசியைத் தீர்த்துக்குமாம். கனகதாராஸ்தவதத்திலே 9-வது ஸ்லோகத்திலே "நான் சாதகப்பறவைக் குஞ்சும்மா. நீதான் கனக மழை பொழியணும்" என்கிறார். இப்படி மனம் உருகி பிரார்த்தித்தால் ஏன் பொன் மழை பொழியாது?

"காநித்ரி பஞ்சாக்ஷரீ" என்கிறது ஸ்ரீஅம்பா பஞ்சரத்னம். தேவியின் மூலமந்த்ரம் பதினைந்து எழுத்துக்களாலமைந்த பஞ்ச தசாக்ஷரி. அது'க' என்ற எழுத்திலேயிருந்து ஆரம்பமாகிறது. ஒரு

எழுத்துக்கு இருபது நாமாவளி, பதினைந்து எழுத்துக்களுக்குமாக முன்னூறு நாமாவளி கொண்டது தான் லலிதா த்ரிசதி.

"ஹ்ரீங்காரா க்ஷர மந்த்ரமய" என்கிறார் ஆச்சார்யாள். 'ஹ்ரீம்' என்கிற மந்திர எழுத்தின் நடுவிலே அவள் பிரகாசிக்கிறாளாம்! பிரச்னை களின் இடையே தவிக்கிற நமக்கெல்லாம் அம்பாளை அடையாளம் காட்டறார்.

'ஹேமாப்ஜினீ புஷ்கரிணீ' ன்னு மதுரை பொற்றாமரைக் குளத்துக்கு ஒரு பேருண்டு. அங்கே கொலுவிருக்கும் 'தடாதகைப் பிராட்டி' யக்ஞ ஹவ்யை. அப்படீன்னா, யாகங்களிலே தரப்படுகின்ற ஹவிர்ப் பாகம் மந்த்ர மகிமையால் சுத்தமாகிறது. பிறகு அந்தந்த தேவதைகளோட திருப்திக்குத் தகுந்த மாதிரி பெருகுகிறது என்கிறது ஸ்ருதி. அப்படிச் செய்கிறவள் பராசக்தி.

"மதுராலாபி ஸுகாபிராம ஹஸ்தே" என்று வர்ணிக்கிறார் ஆதிசங்கரர். "இனிமையாகப் பேசுகின்ற கிளியைத் தரித்த அழகிய கரங்களையுடையவளே" என்கிறார் அவர். கிளிக்கு இனிமையாப் பேசக் கத்துக் கொடுக்க முதல்லே இனிமையாப் பேசத் தெரிஞ்சுக்கணு மில்லியா? தனவந்தனாயிருந்தால் தானே சொர்ண தானம் செய்ய முடியும்?

'ஹ்ரீங்காரம் என்னும் நடு முற்றத்தில் பிரகாசிக்கும் தீபம் அவள்' என்று அடுத்த நாமா வர்ணிக்கிறது. ஸ்ரீஆதிசங்கரர் சிவபெருமானை சிகிஜ்வாலா என்ற தீபவடிவிலும், சக்தியை சிகினீ என்ற ஒளி வடிவிலும் தியானிக்க வேண்டுமென்று ஸுபகோதய வியாக்யானத்திலே சொல்கிறார்.

அக்னி கண்டம், சூரிய கண்டம், சந்திரகண்டம் மூன்றிலும் உள்ள ஒளிக்கதிர்கள் 360. அவை ஆஜ்ஞாசக்கரத்தைத் தாண்டி செல்வதில்லை. ஸஹஸ்ராரத்தில் பிரகாசிக்கிறது அவளோட கலைதான்! பாரத பூமியிலே ஆஜ்ஞாசக்கரமான க்ஷேத்திரம் காசி.

ஹ்ரீங்காரங்கறதை குகையாக நினைச்சா அதிலேயுள்ள பெண்சிங்கம் அம்பாள். யானையாக உருவெடுத்த போது பிறந்தவர்தான் விக்னேஸ்வரர். சிங்கக் குட்டியாக அவதரிச்சு சூரசம்ஹாரம் பண்ணினவர் தான் சுப்ரமண்யம்! சிம்மத்தை வாகனமாகக் கொண்டவள் சிங்கமாக இருப்பதுதானே சாத்தியம்!

"கூலாதஹாமிஹய தூலா வலிஜ்வலன கீலா" என்று வர்ணிக்கிறது அம்பாஷ்டகம். கரைபுரண்டு பெருகுகின்ற பயங்களை எரிக்க அம்பிகை என்கிற அக்கினி ஜ்வாலையாலேதான் ஆகும் என்கிறார் ஆதிசங்கரர். கவலை நம்மை எரிச்சா அவ அருவியா மாறிடுவா! நம்மை கஷ்டம் என்கிற வெள்ளம் இழுத்துக்கொண்டு போகாமல் அவ மரக்கிளையாக, பாறையாக நின்று தடுக்கறா. "குஸலகீலால போஷண" என்கிறது அம்பாஷ்டகம். நன்மை என்கிற (சாதாரண மழை இல்லை) அமுத மழை பொழிஞ்சு அடியார்களை போஷிக்கிற மேகம் என்கிறார் குருநாதர்.

அவ சிங்கமாக மாறித்தான் அசுரர்களை சம்ஹாரம் பண்ணினாள். இரத்த பீஜனோட இரத்தத்தைக் குடித்தாள்.

ஹ்ரீங்காரம் என்கிறது தாமரைப் பூன்னா அதிலே தேனை உறிஞ்சும் பெண் வண்டு அவள் என்கிறது 218-வது நாமா. ஹ்ரீங்காரம் ஒரு புஷ்பமானால் அதிலேயிருக்கிற தேன் அவள் என்கிறது. அடுத்தவரி. ஹ்ரீங் காரங்கறது ஒரு விருட்சமானால் அதிலே அம்பிகை பூங்கொத்தாக யிருக்கிறாள். இந்த மூணு அர்ச்சனையிலும் வண்டு, தேன், பூங்கொத்து மூணும் அவளாகவேயிருக்கிறாள்.

பக்தர்கள் சுபமாகப் பேசுகிறதே ஸ்லோகம் தான்! நல்ல காரியத்துக்காகவும், கடமைக்காகவும் அலையறதே பிரதட்சணம் தான்! நித்திரை செய்கிறதே தியானம் தான்!

அவகிட்டே பக்தியாயிருந்தா மட்டும் போதாது. மனதிலே கல்மிஷம் இல்லாமல் இருக்கணும். ரௌத்ரம் குறையணும். போதும் என்கிற எண்ணம் வேணும். அடுத்தவர்களுக்கு உபகாரம் பண்ண ஆலாப் பறக்கணும். ஆமாம் ஆலமரம் பாருங்கோ! துளியூண்டு விதை எத்தனை பேருக்கு நிழல் தரது! ஒவ்வொரு மனிதர்களும் துளி ஜீவன் தான்! ஜென்ம சாபல்யம் என்றால் இதுதான்! பெட்டியிலே பணமும், நகையும் அடுக்கி வைச்சு அழகு பார்க்கறதுக்கா நம்மளைப் படைச்சிருக்கா! நம்ம பிள்ளைகள் ஒருத்தருக்கொருத்தர் அனுசரணையாயிருந்தா, கூடிக்குலாவினா பெத்தவா பூரிச்சுப் போகிறதில்லையா? அவ நம்மளைப் பெற்றவளாச்சே! சந்தோஷப்படுத்த வேண்டாமா? குறைகளைப் பூதக்கண்ணாடி வைச்சுப் பார்த்து மூஞ்சியைத் தூக்கிண்டிருந்தோமானால் நாம செய்கிற பூஜை எடுபடாது! அவளைக் கவலைப்படுத்தக்கூடாது என்கிற அக்கறை வேணும்.

அப்படிப்பட்டவர்களுக்கு "தஸ்ய லீலா ஸ்ரோ வாரி" சமுத்திரம் நீச்சலடிக்கும் பொய்கையாகும். "தஸ்ய கேளீ வனம் நந்தனம்" என்ற தேவலோகத்து உத்யானவனம், அவன் சஞ்சரிக்கும் இடமாகும். 'தஸ்ய பத்ராஸனம் பூதலம்" இந்த பூமியே அவனது அரியணையாகும். ஸரஸ்வதியும், லக்ஷ்மியும் அவனுடன் சஞ்சரிக்கின்றனர்" என்கிறார் கவி காளிதாசர்.

பன்னிரெண்டாம் எழுத்து 'ஸ'

பஞ்ச தசாக்ஷரீயின் பன்னிரெண்டாவது எழுத்து 'ஸ.' அதன் வடிவாய் இருப்பவள் அம்பிகை. கரும்பின் இனிப்பும், மிளகின் காரமும், வேம்பின் கசப்பும், கடல் நீரின் உப்பும், பாக்கின் துவர்ப்பும், புளியின் புளிப்புமாக சமரஸமாய் எங்கும் பரவியிருப்பவள் என்கிறது 222-வது ஸ்லோகவரி.

ஸ்ரீவித்யா மஹாயாக க்ரமத்தில் 'மதுர, ஆம்ல, திக்த கடு, கஷாய, லவணரஸா ஷட்ருதுவ' என்று குறிப்பிடப்பட்டிருக்கிறது. எல்லா ஆகமங்களாலும் அவள் துதிக்கப்படுபவள். வேதங்களின் முடிவான பொருள் விளங்குமிடம் அம்பாள். உருவத்துக்கும், அரூபமாயிருக் கறதுக்கும் அவதான் காரணமாகிறாள். ஆகாயத்துக்கு வடிவம் உண்டு. ஆனால் தொட முடியாது. அவ ஆகாசம். காற்றை உணர முடியும். ஆனா அரூபமாயிருக்கிறது. அவள் காற்று. அவளைக் கோபப்படுத்தினால் புயலாயிடுவாள். பூவிலே வாசனையாயிருக்காள்! பனியிலே குளிர்ச்சியாயிருக்கா. தேனிலே சுவையாயிருக்காள். நெருப்பிலே சூடாயிருக்காள்.

இந்த ரூபத்தாலே தான் ஜெயம் கிடைக்குங்கறதில்லே! ஒரு தடவை அருணன்னு ஒரு அசுரன் கங்கைக் கரையிலே

காயத்ரியை ஜபிச்சுண்டு பத்தாயிரம் வருஷம் ஜலத்தை மட்டுமே பானம் பண்ணிக் கொண்டிருந்தான். அதுக்கப்பறம் பத்தாயிரம் வருஷம் காற்றை மட்டுமே ஸ்வாசித்துக் கொண்டிருந்து தபசிருந்தான். அடுத்த பத்தாயிரம் வருஷம் மூச்சைக்கூட விடாம இருந்தான். அசுரன் மேலே புற்று மூடிக் கொண்டுவிட்டது. வயிறு ஒட்டிப் போயிடுத்து. பார்வை நெட்டுக்குத்தா இருக்கு. புற்றுலே இருக்கிற ஜீவன்களுக்கு அவன் சதைதான் ஆகாரம். சரீரமெல்லாம் துளைகள். அந்த ஓட்டைகளிலிருந்து அக்கினி புறப்பட்டு எல்லா உலகங்களையும் தகிக்கறது. தேவர்களெல்லாம் புறப்பட்டு பிரம்மாவிடம் சென்று இதற்கு நிவர்த்தி தேடச் சொன்னார்கள்.

காயத்ரி ஜெபத்துக்கு அத்தனை பலம். பிரம்மா காயத்ரியோட அன்ன வாகனத்துலே வந்து இறங்கினார். "என்னப்பா, வரம் வேணும்" என்று கேட்டார். எல்லாரையும் போல அவனும், சாகாத வரத்தைத்தான் கேட்டான். "அது முடியாது. இப்படி சாகப்படாது என்று கேட்கத்தான் உரிமை இருக்கு" என்றார் அவர்.

அசுரர்களெல்லாம் ரொம்ப யோசிச்சு தான் வரத்தைக் கேட்பார்கள். அந்த மாதிரியான சிக்கலையும் அற்புதமா விடுவிச்சுடுவா அம்பாள். "கர்ப்பவாசம் பண்ற உயிராலே அழியக் கூடாதுன்னான்" பண்டாசுரன். நெருப்பிலே வந்தா அம்பாள். துர்முகாசுரனை சம்காரம் பண்ண சதாக்ஷியா வந்தா. இதெல்லாம் அவளோட திருவிளையாடல்!

அதுமாதிரி அருணாசுரனும் "ஆணாலே, பெண்ணாலே, இரண்டு கால், நாலு கால் ஜீவனாலே ஆயுதங்களாலே எனக்கு மரணம் சம்பவிக்கப்படாது" என்று கேட்டுக்கொண்டான். அதோட "தேவர்களை யெல்லாம் ஜெயிக்க நிறைய சக்தி வேண்டும்" என்றான். கேட்டபடி கொடுத்தார் பிரம்மா. ஏதாவது ஒரு வகையிலே பிரசித்தி பெற்றுவிட்டால்

அடக்கமாயிருக்க வேண்டும். அடக்கமும், திறமையும் கூட்டு சேர்ந்தா புகழுக்கு ஆயுள் அதிகம். அது புரியாமல் அட்டகாசம் பண்ணினான் அசுரன்.

"எந்த ஆயுதத்தாலும் மரணம் வரக்கூடாது என்று வரம் கொடுத்து விட்டீர்களே! இவன் தொல்லையிலேயிருந்து விடுபட என்ன வழி" என்று பிரம்மா கிட்டேயே போய் தேவர்களெல்லாம் முறையிட்டனர். பிரம்மா தகப்பனாரான பெருமாள் கிட்டே போய் யோசனை கேட்டார். எல்லாருமா கைலாசத்துக்குப் போனார்கள்!

அப்பொழுது "பிரகஸ்பதியை அனுப்பி, அவனை காயத்ரி ஜெபிப்பதை முதலில் நிறுத்த செய்யுங்கள். பிறகு பராசக்தியை சரணடையுங்கள்" என்று அசரீரி ஒலித்தது.

பிரகஸ்பதி அருணாசுரனைப் பார்க்கப் போனார். அருணாசுரன் தேவகுருவைப் பார்த்து ஆச்சரியப்பட்டுப் போனான். அசுரகுரு சுக்ராச்சாரியார் அப்போது அங்கே இல்லே.

அடிக்கடி பகவானைப் பிரார்த்தித்துக் கொண்டால் தான் சரீரசக்தி விருத்தியாகும். இல்லேன்னா நாளுக்கு நாள் க்ஷீணிச்சுடும். அதனாலே நவக்கிரக நாயகர்களும் அடிக்கடி பூஜை, ஜபம், தவம் என்று போகிறதுண்டு. அப்படித்தான் அசுரகுருவும் போயிருந்தார். இல்லேன்னா தேவகுரு அங்கே வர முடியுமா?

"வழி தவறி வந்துட்டேளா? சொர்க்கம், யமலோக மெல்லாம் இப்போ என் ஆட்சிக்கு வந்துவிட்டது தெரியாதா" என்று கேட்டான் அருணாசுரன். "நன்றாத் தெரியும். நானும், நீயும் காயத்ரி ஜபம் செய்பவர்கள். அதனாலே தானே உனக்கு இத்தனை தேஜஸ்! அக்னியையே ஓடஓட விரட்டினது அந்த

பலம்தானே" என்று முகஸ்துதி பண்ணினார் பிரகஸ்பதி.

முகஸ்துதிக்கு மட்டும் மயங்கவே கூடாது. அப்படி அவன் மயங்கினதுக்கு இன்னொரு காரணமும் இருக்கு. இந்திராதி தேவர்களெல்லாம் அம்பிகையை மனசிலே வரிச்சு மானஸீக பூஜை பண்ணிக்கொண்டிருக்கிறார்கள். மனசு ஒருமைப்பட்டு பண்ற பூஜைக்கு பலம் அதிகமாச்சே!

அசுரன் ஜெபத்தைக் கொஞ்சம் நிறுத்தி வைக்கலாம்னு நெனைச்சது அதனாலே தான்! அதுக்கு பிரகஸ்பதி காரணமானார். முயற்சியும், பகவதி அருளும் சேர்ந்தா அதுதான் அதிர்ஷ்டம்.

வண்டுகள் மொய்ப்பதை போன்ற நவரத்ன மாலையோடு புறப்பட்டாள் அம்பாள். அவளைச் சுற்றி கோடி கோடியா வண்டுகள். ஒவ்வொண்ணும் ஒவ்வொரு நிறம்! எங்கேயும் வண்டோட சப்தம் 'ஹ்ரீம்" னு கேட்கறது. "கவலைப் படாதீர்கள். துஷ்டநிக்ரஹம் சீக்கிரமா நடக்கும்" என்று அமிர்தம் போல தேவர்களுக்கு வரம் கொடுத்தா.

வண்டுகளாக இருந்ததெல்லாம் யோகினிகள். அவர்கள்தான் அம்பாளோட பரிவாரம். தேவியோட கையிலேயிருந்து வண்டுகள் வந்துகொண்டே இருக்கிறது. பிரமரம்னா வண்டு. அம்பாள் பிரமராம்பிகையாயிட்டா. ஆகாயத்தோட நீல நிறம் தெரியாதபடி பிரமரங்கள் மூடி விட்டது. பூமியெல்லாம் இருட்டு. மூணு லோகங்களிலும் வண்டுக் கூட்டங்கள் தான்! வண்டுக்கு ஆறுகால்! ஒரு வண்டுதான் கர்ணனோட தொடையை துளைச்சது. ராட்சஸா எங்கே எல்லாம் இருந்தாளோ அங்கேயெல்லாம் தேடிப் போய் கெட்ட எண்ணம் கொண்ட அவர்களோட இதயத்தை வண்டுகள் எல்லாம் துளைச்சது. ஏககாலத்தில் ஒருத்தரும் ஒருத்தருக்கும் உதவி செய்ய முடியாதபடி மரண மடைந்தனர். மக்களெல்லாம் இந்த

அதிசயத்தைப் பார்த்து பிரமித்தனர். அருணாசுரனும் அப்படியே அழிந்ததும் தேவர்களெல்லாம் வேத கோஷம் எழுப்பினார்கள். இந்த சரித்திரத்தை மனதிலே அசை போட்டாலே போதும், பயம் போயிடும். பாவம் அழியும். இப்படி எந்த ரூபத்திலேயும் அவளைப் பார்க்கற சுபாவத்தை வளர்த்துக்கொள்ள வேண்டும்.

த்ரிசதியின் 226-வது ஸ்லோகம், கலைகளோடு கூடினவள் அம்பாள் என்கிறது. சந்திரகலை 16, சூரிய கலை 12, அக்னி கலை 10. இவற்றின் வடிவாக அவள் இருக்கிறாள் என்கிறது தேவிபாகவதம். 64 கலைகளுக்கும் அவதான் எஜமானி. நினைப்பு, உற்சாகம், புத்தி விழிச் சிண்டிருக்கறது, அறிவு தூங்கறது என்கிற நாலு கலைகளும் சக்திகலை. ஞாபகசக்தி, சிந்திச்சு ஒரு காரியத்துலே இறங்கறது, ஆசைப்படறது, எதிலேயும் பரப்பிரம்மமா ஜட பரதர் மாதிரி இருக்கறது (இவர் திட்டினாக் கூடத் திரும்பத் திட்டமாட்டார்) இந்த நாலையும் சொப்பன நிலைன்னு சொல்லுவர். முதல்லே சொன்னது ஜாக்ரத நிலை. சொப்பன நிலைக்கு சிவ சக்தி கலைன்னு பேரு. மரணம், மறதி, மூர்ச்சையாகறது, நித்திரை இந்த நாலுக்கும் ஸுஷுப்தி நிலை என்று பேரு. இது சிவகலை. வைராக்கியமான மனசு, மோட்சத்திலேயுள்ள ஆசை, யோகம், தியானம் இவைகளிலே ஈடுபடறது, பிராணன் போகிறவரை விவேகமாக நடந்து கொள்கிறது இந்த நாலும் துரீய கலைகள். இந்தப் பதினாறு கலைகளின் வடிவமாக இருக்கிறவள் மஹேஸ்வரி.

கிராமதேவதைகளெல்லாம் தேவியின் கலைகள் தான். யக்ஞ பத்தினிகளான தக்ஷிணா, தீக்ஷா தேவிகளாக அம்பாள் இயங்குகிறாள். தானம் கொடுக்கும் போதும், வாங்கும்போதும் ஸ்வஸ்தி தேவியாக இருக்கிறாள். தர்ப்பணம் செய்யும் போது ஸ்வதா தேவியாக இருக்கிறாள். தைரியமா ஒரு காரியத்தைச் செய்யும் போது திருதி தேவியாக இருக்கிறாள். அக்கினியிலே நெய் விடுகிறபோது அவள் ஸ்வாஹா தேவியாக இருக்கிறாள்.

சத்தியம் பேசுபவர்களிடம் சதி என்கிற கலையாயிருக்கிறாள். அவாளுக்கு நிறைய நன்மை செய்யற சொந்தக்காராளை அவ ஏற்படுத்திக் கொடுப்பா. இரக்கம் உள்ளவர்களிடம் தயா தேவியா இருக்கா. நல்ல கீர்த்தியோட வாழுபவரிடம் சம்சித்தி என்கிற கலையோட இருக்கா. அவர்கள் தன்னோட புகழை துஷ்பிரயோகம் செய்தால் அவர்களை விட்டு உடனே விலகி விடுவாள். பெருமை நசித்துப் போயிடும்.

சுறுசுறுப்பா உள்ளவர் கிட்டே கிரியா சக்தியாயிருக்கா. சோம்பேறிகள் பக்கமே அவள் வருவதில்லை! கிரியாவுடைய சிநேகிதிதான் கீர்த்திதேவி. கீர்த்தியோட தோழிதான் சம்பத்து தேவி. சம்பத்து தேவியோட இணை பிரியாம இருக்கறவள் சந்துஷ்டி தேவி. அவபுஷ்டி தேவியையும். அழைத்துக்கொண்டு வருவாள். பலத்தைக் கொடுக்கறவள் புஷ்டிதேவி. புஷ்டியைத் தேடிக்கொண்டு திருதி தேவியும் வந்துவிடுவாள்.

லஜ்ஜை என்கிற கலை இருக்கிறவர்கள்தான் கெட்ட காரியம் பண்ண வெட்கப்படுவார்கள். மேதை என்கிற கலை இல்லாவிட்டால் தியானத்திலே மனசு ஈடுபடாது. பயிற்சியிலேதான் அவளைக் கொஞ்சம் கொஞ்சமாய் வசப்படுத்திக்க முடியும். பிரபா தேவி இல்லாவிட்டால் வெளிச்சமிருக்காது. சிரத்தை என்கிற கலைதான் வைராக்கியத்தைக் கொடுப்பது.

ப்ரக்ருதி தேவியை அம்பாள் படைத்தாள். அவகிட்டேயிருந்து அத்தனை கலைகளையும் தோன்ற வைத்ததும் அம்பாள்தான்! 'ப்ர' என்றால் சத்வகுணம். 'க்ரு' என்றால் ரஜோகுணம். 'தி' என்றால் தாமஸகுணம். இந்த மூன்று குணங்களோடு கலைகள் சிருஷ்டிக்கப்படுகிறது.

ஸ்த்ரீகளெல்லாம் பிரக்ருதி தேவியின் அம்சமாகப் பிறந்தவர்கள் தான். அவர்களை அழவைச்சா, அவமானப்

படுத்தினா அம்பாளை நோகடிச்ச மாதிரி! அவாளை குதூகலப்படுத்தத்தான் நவராத்திரி, தை வெள்ளிக் கிழமை எல்லாத்தையும் ரிஷிகள் ஏற்படுத்தினர். நல்ல சுபாவமும், ஒழுக்கமும் கொண்ட ஸ்த்ரீகள் அம்பிகையின் சத்வாம்சம். அவர்கள் எதுக்கும் சலிச்சுக்க மாட்டார்கள்; உயர்தரமானவர்கள்.

கோபமும், குணமும் கலந்து பிறந்த நாரீமணிகள், பிரக்ருதி தேவியின் ரஜஸில் உற்பத்தியானவர்கள். இவர்கள் நடுத்தரம். ஒற்றுமையைக் குலைக்கிற குணமும், வம்பு, கலகங்களில் ஆர்வமும், பேராசையும், யாருக்கும் அடங்காமலும் உள்ள பெண்கள் பிரக்ருதி தேவியின் தமஸ் குணத்தாலே பிறந்த அதமர்கள்.

இதெல்லாம் நானாச் சொல்றேன்னு நினைக்க வேண்டாம். ஸ்ரீமந்நாராயணன், தேவி பாகவதத்திலே சொல்லியிருக்கார்.

பதிமூன்றாவது எழுத்து 'க'

பஞ்ச தசாக்ஷரியின் பதின்மூன்றாவது எழுத்தான 'க' கார வடிவினள் என்கிறது அடுத்த நாமாவளி. 'க' என்றால் பிரம்மா, ஆ (க+ஆ=கா) என்றால் மகாவிஷ்ணுவையும். 'ம' என்கிற எழுத்து மகேஸ்வரனையும் குறிக்கிறது. 'காம' என்கிற வார்த்தை மும்மூர்த்திகளையும் குறிக்கிறது. மும்மூர்த்திகளையும் ஆட்சி செய்கிறவள் காமாக்ஷி என்கிற திருநாமத்தைப் பெற்றாள்.

'கா'ன்னா கலைமகள். 'மா'ன்னா மகாலக்ஷ்மி. 'அக்ஷி'ன்னா விழிகளாகக் கொண்டவள்'னு ஒரு அர்த்தம் வரது. சரஸ்வதி, திருமகள் இரண்டு பேரும் காமாட்சியோட இரண்டு கண்களாக சொல்லப்படறது. 'காம'ன்னா ஆசை. அடியார்கள் ஆசைப்படறதை நிறைவேற்றுகிறவள் அம்பாள்.

கல்யாணி, காந்திமதி, கற்பகவல்லி, கமலாம்பிகை, கன்யாகுமாரி, காயத்ரி, கனகவல்லி, இப்படிப் பெயர்கள் வித்தியாசப்படலாம். ஆனால் அவள் அருளில் எந்த பாரபட்சமுமில்லை.

காவியங்களாய் விளங்குகிறவள் என்கிறது அடுத்த அர்ச்சனை. வால்மீகி, காளிதாசன் போன்றவர்கள் காவியம் படைத்திருக்

கின்றனர். மனிதர்களையே, காரியம் ஆகணுமின்னா இந்திரன், சந்திரன்னு வர்ணிக்கிறோம். அம்பாள் சகல கலாவல்லி!

"மாணிக்க வீணா முபலாலயந்தீம்" என்று தொடங்கும் சியாமளா தண்டகத்தில் கவி, அம்பிகை மடியிலிருக்கிற வீணையில் மாணிக்கம் இழைத்திருக்கிறதா பாடறார். மஹேந்திர பர்வதத்தோட சிகரம் நீலமாயிருக்கும். அதுபோன்ற பிரகாசம். ஆனா மலை போல கடினமாயில்லாம மென்மையான சரீரம் என்கிறார்.

"ஜய லீலா ஸுகப்ரியே". "விளையாட்டுக்காக இருக்கும் கிளியிடம் பிரியமுள்ளவளே! நீ என்றும் எதிலும் ஜெயிப்பவள்! அமிர்த சாகரத்தின் மத்தியிலே, மனசைக் கவரக் கூடிய சிந்தாமணித் தீவிலே, செழித்த உயரமான வில்வ வனத்துக்குள்ளே, கற்பக விருட்சங்களோடு கூடின கதம்பச் சோலையை வாசஸ்தலமாகக் கொண்டிருக்கிறவளே!" என்று எப்படியெல்லாம் வர்ணிச்சிருக்கார்!

"பாதாதி கேசம் ஒண்ணு விடாம வர்ணிச்சு வணக்கம் சொன்ன பிறகு தான் காப்பாத்துவியா" என்று கேட்கிறார். இந்த மாதிரியான காவியங்களில் அம்பாள் லயிச்சிருக்கறதா சொல்லப்படறது.

காமேஸ்வரரோட மனசை ஆகர்ஷிக்கறதா அடுத்த நாமா சொல்றது. காமேஸ்வரரோட பிராண நாடியே அம்பிகைதான்! காமேஸ்வரராலே ஆலிங்கனம் செய்யப்பட்டவள் தேவி. தன்னுடைய இடது தொடையிலே தேவியை உட்கார்த்தி வைத்துக்கொண்டிருக்கார் அவர்.

மன்மதனை நெற்றிக் கண்ணாலே எரிச்சவர் சிவன். பிரம்மாவோட தலையை நகத்தாலே கிள்ளினவர்; அந்தகாசுரன், இரண்யாட்சனோட பிள்ளை. அந்தகனை காலின் கீழே போட்டு மிதித்து சூலத்தை அவன் மேலே பாய்ச்சினவர், திரிபுரங்களையும்

ஒரு சிரிப்பாலே சாம்பலாக்கின புண்ணிய மூர்த்தி, காலாலே சக்கரம் எழுதி அதை ஏவி ஜலந்திராசுரனை சம்ஹாரம் பண்ணினவர், கஜாசுரனுடைய தோலைக் கிழித்து போர்வையா போர்த்திக் கொண்டவர். யமனைக் காலால் உதைச்சு செயலிழக்கச் செய்தவர் சிவபெருமான்.

"காமாரி காமாம் கமலாஸனஸ்தாம்" அப்படின்னு காமாக்ஷி ஸ்தோத்திரத்திலே சொல்லப்படுகிறாள் தேவி. 'மாரனை ஜெயிச்ச மஹேஸ்வரனையும் உன் சௌந்தரியம் மயங்கச் செய்கிறதே'ன்னு கவி சொல்றார்.

"ம்ருஷா க்ருத்வா கோத்ர" என்று தொடங்குகிற சௌந்தர்ய லஹரி ஸ்லோகத்தையும் ஆதிசங்கர பகவத் பாதாள் இதே லயத்தில் தான் எழுதியிருக்கிறார். இதை தினமும் அரைமணி நேரம் பாராயணம் பண்ணினால் சத்ரு பயமே இருக்காது. பேய், பிசாசுகள் அண்டாது.

பிறந்த வீட்டைப் பற்றிக் கேலி செய்தால், ஸ்த்ரீகளுக்குக் கோபம் வரும். அம்பிகையும் அதுக்கு விதி விலக்கில்லை. வேடிக்கையாக நையாண்டி பண்ணிட்டு காத்யாயனியை சமாதானப்படுத்த சாஷ்டாங்கமா கங்கை தளும்ப, சந்திரன் உரச அம்பிகையோட பாதங்களில் விழுந்துடுவார் சிவன் என்கிறார் குருநாதர்.

'பார்த்தாவோட நெற்றியிலே உன் பாதம் படறது! மன்மதனுக்கு ரொம்ப சந்தோஷமாயிருக்காம்! "நான் பஸ்பமானாலும் ஆரம்பிச்ச காரியம் சுபமாக முடிஞ்சுதே" ன்னு திருப்திப்பட்டுக்கறானாம்! ரகசியத்துலே நடந்தது அவனுக்கெப்படித் தெரிஞ்சதுன்னு கேள்வி வரும்! "ஆ, பார்த்தா தன் கால்லே விழறதாவது" என்று தேவி காலை இழுத்துக்க, சும்மா இருக்க மாட்டாம, சிலம்புகள் 'கிலி கிலி'ன்னு ஓசை எழுப்ப, அது 'ஜயகோஷம் இல்லியா' ன்னு தேவர்களை

யெல்லாம் கவனிக்க வெச்சதாம்! சௌந்தர்ய லஹரியிலே 86ஆவது ஸ்லோகம் இது.

"67-வது ஸ்லோகத்திலே "கிரீ சேனோதஸ்தம் முஹுர தரபானா குலதயா" என்கிற இரண்டாவது வரியிலேயும் நுனிக்கையாலே தேவியுடைய மோவாயைப் பரமேசுவரர் ஆசையோட உயர்த்தறதா ஆசார்யாள் சொல்லியிருக்கிறார். இதைத்தான் த்ரிசதியோட 243 ஆவது நாமாவளியிலே நாம பார்க்கறோம்.

"கதாஸ்தே மஞ்சத்வம்" என்கிற 92-வது சௌந்தர்யலஹரி ஸ்லோகத்திலும் நாலாவது வாக்கியமான "சரீரீ•சிருங்காரோ ரஸ இவ த்ருசாம் தோக்தி குதுகம்" என்கிறதோட அர்த்தம்: சதாசிவன் வெள்ளை நிறம். கட்டிலுக்கு மேல் விரிப்பு போலே இருக்கார். தாயே! உன்னோட சிவப்பு நிறம் அவர் மேலே பிரதிபலிச்சு சிருங்கார ரஸமே வடிவமாய் உன்னோட கண்களுக்கு ஆனந்தத்தைக் கொடுக்கிறார்.

காமேஸ்வரருக்கு அம்பிகை சுகத்தைத் தருகிறதாக 247-வது அர்ச்சனா நாமாவளி சொல்றது. காஞ்சிபுரத்தில் ஏகாம்பரேஸ்வர லிங்கத்தில் அம்பிகை ஆலிங்கனம் பண்ணின அடையாளமாக வளைத் தழும்பை தரிசிக்கலாம். "செம்பொன் மலைவல்லி தழுவக் குழைந்த மேனிப் பெருவாழ்வு" என்று இதை சேக்கிழார் பெருமானும் குறிப்பிட்டிருக்கிறார்.

கும்பகோணம் பக்கத்துலே இருக்கிற தாராசுரத்துக்கு ரெண்டு மூணு மைல் தூரத்துக்குள்ள சக்தி முற்றம்னு ஒரு ஸ்தலம். சத்தி முத்தம்னு சொல்லுவார்கள். உமாதேவியார் பகவானை உகந்து ஆலிங்கனம் பண்ணி முத்தமும் கொடுத்த க்ஷேத்திரம் அதுன்னு கர்ண பரம்பரைக் கதை இருக்கு. யோகேஸ்வரரை இந்தப்படி பார்வதிதேவி சந்தோஷப்படுத்தறாள். தென்னாற்காடு மாவட்டத்திலே திருக்கோவிலூருக்குப் பக்கத்திலே 'ரிஷி

வந்தியம்' என்று ஒரு க்ஷேத்திரம். ஊருக்கு நடுவிலே அர்த்தநாரீஸ்வரர் ஆலயமொன்று இருக்கு.

ஒவ்வொரு நாளும் அர்த்த ஜாம பூஜையிலே இங்கே லிங்கத்துக்கு தேன் அபிஷேகம் நடத்தறா. அப்போ அம்பிகையோட வடிவத்தை இதிலே தரிசிக்கலாம். தேன் முழுவதும் வழிஞ்ச பிறகு நிழல் வடிவமா தெரிஞ்ச அம்பிகை மறைந்து லிங்கம் வழவழப்பாயிடும். அம்பாளும் ஸ்வாமியும் இங்கே ஒருத்தரோடொருத்தர் பிணைஞ்சிருக்கா. இந்த லிங்கம் இந்திரன் பிரதிஷ்டை பண்ணி பூஜித்தது. அவனுக்கு அர்த்தநாரீஸ்வர தரிசனம் கிடைச்சது. ஸ்வாமி, அம்பாள் இரண்டு பேருக்குமே தேன் அபிஷேகம், நைவேத்யம் இரண்டுமே உயர்ந்ததாகச் சொல்லப்படுகிறது.

சென்னை பெசன்ட் நகர் இரத்தினகிரீஸ்வரர் ஆலயத்தில் உமா ஆலிங்கன மூர்த்தியை பிரதோஷ காலத்தில் பார்க்கலாம். சென்னைக்குப் பக்கமா இருக்கிற மண்ணிவாக்கத்துலே ஒருவரை ஒருவர் அணைத்த படியான பரஸ்பர ஆலிங்கன மூர்த்தியை தரிசிக்கலாம்.

சிவப்பிரேமை என்கிற இன்பத்தை அடியார்களுக்குக் கொடுக்கிறவள் அம்பாள். பரதேவதைதான் அகில லோகத்துக்கும், ருத்ரருக்கும் இன்பமளிக்கிற ஔஷதம் என்கிறது ஸ்ரீருத்ரம்.

தக்ஷிணாமூர்த்தி எல்லா இடத்திலேயும் தனியாகத்தான் இருப்பார். திருப்பதி போற வழியில் ஊத்துக்கோட்டை பக்கம் சுருட்டப்பள்ளின்னு ஒரு க்ஷேத்திரம். அங்கே விஷமுண்ட பரமேஸ்வரர் சயன கோலத்திலே காட்சி தருகிறார். அம்பாள் மடியிலே தலை வைச்சிருக்கார். இதே ஸ்தலத்துலே தேவியை மடியிலே அமர்த்திண்டிருக்கிற தாம்பத்ய தக்ஷிணா மூர்த்தியையும் பார்க்கலாம்.

"அழகிய புன்னகையால் சிறப்புற்ற திருவாயில் திகழும் பச்சைக் கற்பூரத்துடன் கூடிய தாம்பூலத்தைத் தரிக்கின்றவளே! கோவைப்பழம் போன்ற அதரத்தை உடையவளே!" இப்படியெல்லாம் சியாமளையை வர்ணித்த காளிதாசர், தண்டிக்கும் அவருக்கும் நடந்த போட்டியில், 'தண்டியே கவி' என்று தீர்ப்பு வழங்கிய காளியை, "உன்னை நம்பி மோசம் போனேனே! என்னைக் கைவிட்டாயே" என்று நிந்தா ஸ்துதியும் பண்ணியிருக்கிறார்.

"தண்டி கவி. அதுலே சந்தேகமில்லே! அவசரப்பட்டு என்னை திட்டிட்டயே! 'த்வமே வாஹம் த்வமே வாஹம்' என்று சொல்லி எல்லார் முன்னாலேயும் உன்னை உயர்த்திச் சொல்ல நினைத்தேன். நீதான் நான். நானே என்னைப் பெருமையாக சொன்னால் அது தற்புகழ்ச்சியாகாதா? சாகுந்தலம், ரகுவம்சம், குமாரசம்பவம் இப்படி மகா காவியங்களைப் பாடுகிற உன் நாக்கிலே இப்படிப்பட்ட வன்சொற்கள் வரலாமா? அதனாலே அடுத்த ஜென்மத்துலே நீ ஊமையாகப் பிறப்பாய்" என்று சொன்னாள் அம்பிகை.

"அம்மா! முட்டாள்தனமாக திட்டிட்டேன். மன்னிச்சுடு"ன்னு புலம்பினார் காளிதாசர். காளி மௌனமாகிவிட்டாள்!

மறு பிறவியிலே காஞ்சிபுரத்திலே வித்யாவதி என்கிற வானவியல் நிபுணருக்கு மகனாகப் பிறந்தார் காளிதாசர். பிறவி ஊமை. கோயில் பிரசாதத்தைச் சாப்பிட்டு காமாக்ஷி சன்னிதியே கதியாகக் கிடந்தார். அர்த்த ஜாம பூஜை முடிஞ்சு கோவில் பூட்டிய பிறகுதான் வெளியே வருவார். ஊமையாயிருந்ததாலே மூகன்னே எல்லாரும் அழைச்சா.

ஒருநாள் ராத்திரி அர்த்தஜாம பூஜை நடந்து கோவில் நடை சாத்தும் நேரம். அப்போது அம்பாள் தன் வாயில் உள்ள

தாம்பூலத்தை மூகன் வாயிலே பொழிந்தாள். அடுத்த நிமிஷமே மடை திறந்த வெள்ளம் போல் கவி மழை பொழிந்தார் மூக கவி.

காமாக்ஷியின் கருணையைப் போற்றி 'ஆர்ய சதகம்'னு நூறு பாடல்! அம்பிகையுடைய திருவடிப் பெருமையைப் போற்றி, 'பாதாரவிந்த சதகம்'னு நூறு பாட்டு! 'ஸ்ருதி சதகம்'னு தேவியை ஸ்துதித்து நூறு பாட்டு'. அம்பாளோட கடைக்கண் பார்வையைப் பாராட்டி 'கடாக்ஷ சதகம்'னு நூறு கவிதைகள்! அவளுடைய புன்முறுவலின் மேன்மையைப் புகழ்ந்து 'மந்தஸ்மித சதகம்'னு நூறு பாடல்கள்! இப்படி ஐந்நூறு பாமாலைகளை தேவிக்குச் சூட்டினார் மூககவி. இந்த ஐந்நூறு பாடல்களும் மூகர் பாடியதாலே 'மூக பஞ்சசதீ' என்று புகழ் பெற்றது.

இதுக்கொரு பரிசு கொடுக்க நினைத்தாள் காமாட்சி. ஸ்ரீ காஞ்சி காமகோடி பீடத்து நாலாவது ஆசார்யாளா இவரையே உட்கார வைத்தாள். அதிலிருந்து இவர் பெயர் ஸ்ரீ மூக சங்கரேந்திர ஸரஸ்வதி ஸ்வாமிகள் என்று அழைக்கப்படலாயிற்று. இவர் கி.பி.398-லிருந்து 437 வரை 39 வருடம் ஆசார்ய பீடத்தை அலங்கரித்தார்.

பதினான்காவது எழுத்து 'ல'

பஞ்சதசாக்ஷரி மந்திரத்தின் பதினான்காவது எழுத்தான லகார வடிவுடையவள் அம்பாள். 'ல' என்ற வடமொழி எழுத்து பிறந்த இடத்தில் தான் சதிதேவியோட நாக்கு விழுந்ததாக சொல்லப்பட்டிருக்கு. அது கிரிபீடம்; ஜ்வலாலாமுகிங்கற உன்னதமான சக்திபீடம்.

"சிவத்துரோகியான உன்னால் உண்டானதல்லவா இந்த தேகம்! உன் குல நாசத்துக்காக இதைத் துறக்கிறேன். அந்த ஜகதீசனின் சிக்ஷைக்கு நீ ஆளானாய்" என்று சொல்லி தாட்சாயிணி பத்மாஸனத்தில் அமர்ந்து, மூக்கு நுனியில் பார்வையை நிறுத்தி, இந்திரியங்களை அடக்கி, மூலாதாரத்திலிருந்து சிதக்னியைக் கிளம்பி அதனால் சரீரத்தை தகித்தாள்.

அப்பொழுது கிளம்பிய தீப்பொறிகளும், புகையும் இமயமலையில் பரவலாக விழுந்தன. அந்த இடமே ஜ்வாலாமுகி எனப்படுகிறது. புகையை தூமம் என்பார்கள். புகை விழுந்த இடத்தை மகாசக்தி பீடநாயகி தூமாவதி என்று கொண்டாடுகிறார்கள்.

எண்ணையும், திரியும் இல்லாமல் காலம் காலமாக பாறையிலேயிருந்து தீச்சுடரா தரிசனம் தருகிறாள். ஒரு சுடர் இல்லே! ஒன்பது ஜோதியாக நவசக்தியாக காட்சியளிக்கிறாள். துர்க்கா, லக்ஷ்மி, சரஸ்வதி பெரிசாயிருக்கிற மூணு ஜோதிகள். முதல் சுடருக்குக் கீழேயுள்ளவள் அன்னபூரணி.

அஞ்சாவது சுடரை எதிரிகளால் கஷ்டம் வராமல் காப்பாற்றும் சண்டிகா தேவி என்று வணங்குகின்றனர். ஆறாவது, நோய்களைத் தடுக்கும் ஹிங் குலாஜ் பவானிங்கறா! ஏழாவதாக துக்கம் வராமப் பாதுகாக்கும் விந்திய வாசினி. சந்ததியைக் கொடுக்கறதா அம்பிகான்னு ஒரு சுடரை பூஜை செய்கின்றனர். தீர்க்காயுசைக் கொடுக்கறதா அஞ்ஜனாங்கற ஜோதியைக் கும்பிடுகின்றனர்.

பேர் எதானா என்ன? அவ ஜகத் ரட்சகி. ஆயுசு, ஆரோக்கியம், நிம்மதி, திருப்தியான வாழ்க்கை எல்லாத்தையும் கொடுக்க அவளால தான் முடியும்.

பூமி சந்திராங்கற ராஜாகிட்டே மாடுமேய்க்கிற பையன் தான் இதை முதல்லே சொல்லியிருக்கான். அப்புறம் ராஜா, பண்டிதர்களோட ஆலோசிச்சு இந்தக் கோயிலைக் கட்டியிருக்கார். பாண்டவர்கள் இந்தக் கோவிலுக்குப் புனருத்தாரணம் பண்ணியிருக்கா.

மட்டைத் தேங்காய் கொடுக்கறது இந்தக் கோவிலிலே விசேஷம். அதுக்கு அங்கே 'ஸ்ரீபல்'னு பேர்.

கர்ப்பக்கிரகத்துக்கு வலது பக்கத்திலே வெந்நீர் குளத்திலே குமிழியெல்லாம் வரும். அம்பாளோட திருமேனி ஜோதி விழுந்த இடமில்லையா? ஆனா தொட்டா சுடாது. தீச்சுடர்களையும் பலபேர் தொட்டுப் பார்த்திருக்கா. அதுவும் சுடறதில்லே.

தினம் ராத்திரி பள்ளியறை சேவையிலே ஒன்பதரை மணிக்கு தங்கமுலாம் பூசின வெள்ளிக் கட்டிலிலே பட்டுப் பீதாம்பரத்தை விரிச்சு, அருவமான அம்பாளுக்கு தோடு, சங்கிலி, வளையல், ஒட்டியாணம், மெட்டி, கொலுசு, மகுடம், பட்டுப் புடவை யெல்லாம் அணிவிப்பர். பூ மாலை சாத்தி பால், பழம், பட்சணமெல்லாம் நைவேத்தியம் பண்ணி செளந்தர்ய லஹரியி லேயிருந்து எட்டு ஸ்லோகங்களைப் பாடித் தாலாட்டறதை அவசியம் பார்க்கணும். நெய் தீபங்களாலே ரொம்ப நேரம் ஹாரத்தி நடக்கும்.

இங்கே ஆடி அமாவாசையையொட்டி வாராகி நவராத்திரி, புரட்டாசி நவராத்திரி, மாசி மாசம் ராஜமாதங்கி நவராத்திரி பிரபலம். ஒரு தடவை ஹிமவானும், மதங்க மகரிஷியும் சந்திச்சிருக்கா. இரண்டு பேரும் குணவான்கள். ஆனால் 'அம்பாளே எனக்கு மகளாப் பிறந்திருக்காளே'ன்னார் ஹிமவான். அது மதங்கருக்குக் குறையாக இருந்தது. அம்பாளை நினைச்சுத் தபசிருந்தார். அம்பிகை பிரத்யட்ச மானா. 'என்ன வேணு மின்னு கேட்டா'. எனக்குப் புத்திரியாப் பிறந்து என் பேர் விளங்க பிரசித்தமாகணுமின்னு கேட்டார் ரிஷி.

மதங்கரோட பார்யையான ஸித்திமதியோட சொப்பனத்துலே ஸதாமதை என்கிற தேவி பிரத்யட்சமாகி தன்னோட காதிலேயிருந்த பச்சிலை மரத்தோட பூங்கொத்திலே ஒண்ணைக் கொடுத்திருக்கா. ஸித்திமதி அதை வாயிலே போட்டு ஜீரணம் மண்ணிட்டா. அப்படி உதிச்சவதான் மாதங்கி. ராஜ அலங்காரத்துலே அவபேர் ராஜமாதங்கி) பங்குனி மாசத்துலே லலிதா நவராத்திரின்னு மொத்தம் நாலுநவராத்திரி களைக் கொண்டாடுவா. அதுக்கு சில நாளைக்கு முன்னாலே பக்கத்து கிராமத்து ஜனங்களெல்லாம் இந்த நவஜோதிகளிலேயிருந்து தீபத்தை ஏத்திண்டு தலைமேலே வைச்சுண்டு வீட்டுக்குப் போய் பூஜை பண்ணுவா.

"லப்தரூபாயை நம;" என்கிறது 262-வது அர்ச்சனா நாமாவளி. பக்தர்களுக்கு அருள் புரிவதற்காக வடிவம் தாங்கினவள் தேவி. பதிவிரதாசிரோமணிகளெல்லாம் மத்த ஸ்த்ரீகளுக்கு உதாரணமாக வாழ்ந்தவா. அவா சுயநன்மையைப் பத்தி யோசிக்க மாட்டா. அப்படியுள்ளவாகிட்டே தேவியோட அம்சம் நெறஞ்சிருக்கும்.

பதினைந்தாவது மந்திரமான 'ஹ்ரீம்'

பஞ்சதசாக்ஷரி மந்திரத்தை ஒருமுறை ஜபித்தால் அதுமூன்று முறை காயத்ரி ஜபிப்பதற்கு சமமாகும்.

தத்-ஸவிதுர்-வரேண்யம் = க-ஏ-ஹ-ஸ- ஸ
பர்க்கோ தேவஸ்ய தீமஹி = ஈ-ல- க-ஹ-ல- க - ல
தியோ யோந: ப்ரசோதயாத் = ஹ்ரீம் ஹ்ரீம் ஹ்ரீம்

பஞ்சதசாக்ஷரீ மந்திரத்தின் பதினைந்தாவது எழுத்தான ஹ்ரீங்கார வடிவினள் தேவி.

ஹ்ரீங்காரமென்னும் மாளிகையின் சிகரத்தில் வாழும் பெண்புறா அவள். ஹ்ரீங்கார மென்னும் பாற்கடலில் உதித்த அமுதமவள். ஹ்ரீங்காரம் ஒரு தாமரையென்றால் அதில் உறையும் கமலவாசினியவள். திருவாரூரில் கமலாம்பிகையாக அருள்புரிகின்றாள். ஹ்ரீங்காரமென்ற மணி விளக்கின் பிரகாசமவள். ஹ்ரீங்காரமென்ற விருட்சத்திலுள்ள பெண்கிளியவள். அதன் அடையாளமாகத்தான் மதுரையில் மீனாக்ஷியம்மை கையில் கிளியுடன் காட்சி தருகிறாள். தேவி உபாஸகர் பாஸ்கரராயர் தோளில் கிளியாக வீற்றிருந்து தானே அத்தனை யோகினிகளின் உடை, ஆயுதம் பற்றி வர்ணித்தாள்!

அவளன்றி வேறு எவரால் அத்தனை கோர்வையாக ஒன்றுக்கொன்று வித்தியாசப்படுத்தி சொல்ல முடியும்?

ஹ்ரீங்காரமென்ற பெட்டகத்திலுள்ள ரத்தினமவள் என்கிறது 287-வது ஸ்லோகவரி. இந்த ரத்தினத்தை அடைய சும்ப நிசும்பர், மஹிஷாசுரன், இராவணன் என்று எத்தனை பேர் போட்டியிட்டு அருந்தவமியற்றிப் பெற்ற வரங்களை அழித்துக் கொண்டனர்! இந்த மணி விளக்கின் ஒளிச் சுடரில் விட்டில் பூச்சிகளாக விழுந்து உயிரைப் பறிகொடுத்திருக்கின்றனர்!

ஹ்ரீங்காரமென்ற நிலைக் கண்ணாடியில் அவளைத் தரிசிக்கலாமென்கிறது அடுத்த நாமாவளி. ஒருவருக்கு எந்த ஸ்லோகம் தெரியாமல் போனாலும் 'ஹ்ரீம்' என்று சொல்லிக் கொண்டிருந்தாலேபோதும். ராஜ ராஜேஸ்வரி ஓடிவந்து கை கொடுப்பாள். தன் தேஜஸை அவர்கள் வாழ்விலே காண்பிப்பாள். தாமரைப்பூப்போன்று சொந்தங்களை மாற்றித் தருவாள். அமிர்தத் துளியை தெளித்து அகால மிருத்யுவை அழிப்பாள்.

ஹ்ரீங்காரமென்ற உறையினுள் மின்னும் வாள் அவள். இந்த வாளால் தான் தன்னைச் சரணடையும் பக்தர்களின் அஞ்ஞானத்தை, எதிரிகளை வெட்டிச் சாய்க்கிறாள். காளிதாசனுக்கும், காளமேகத்துக்கும் அறியாமையைப் போக்கியது இந்த வாள் தானே!

ஹ்ரீங்காரமென்ற ஆஸ்தான மண்டபத்தில் நடனம் பயில்பவள் அவள். அவள் அங்கு ஆடாவிட்டால் உயிர்களுக்கெல்லாம் அசைவேது? ஹ்ரீங்காரமென்ற சிப்பியிலுள்ள நல்முத்து அவள். முத்து சந்திரனுக்கான ரத்தினம். மனக்கவலை நீங்க மன்னர்கள் முத்தாரம் அணிவர். தூத்துக்குடியில் பாகம்பிரியாளாக மன சஞ்சலத்தைப் போக்கும் சக்தி திருநெல்வேலியில் காந்திமதியாய் முத்தணிகளை அணிந்து

அதைப் பார்க்கும் அன்பர்களின் துன்பங்களைக் கடலலை போல் காணாமல் செய்கிறாள்.

கலைவாணியின் உதிரமெல்லாம் எழுத்துக்களாலானது. இதை விளக்கும் ஒரு சம்பவத்தைப் பார்ப்போம். ஒரு முறை, கம்பரையும் ஒட்டக் கூத்தரையும் இராமாயணத்தை தமிழில் எழுத பணித்தார், குலோத்துங்க சோழன். நாட்கள் ஓடின. இருவரிடமிருந்தும் 'எதுவரை எழுதியிருக்கிறார்கள்' என்ற விவரம் மன்னனுக்கு வரவில்லை. அறிந்து வர ஒற்றர்களை அனுப்பினார். அவர்களும், 'கூத்தர் பெரும் பகுதி எழுதி விட்டாரென்றும், கம்பர், இன்னும் தொடங்கவே இல்லை' என்ற விவரத்தை அறிந்து வந்து தெரிவித்தனர். இந்த செய்தி கூத்தரின் காதுகளுக்கும் எட்டியது.

மறுநாள் மன்னர், கூத்தர் கம்பருடன் உலா போவதற்கு ஏற்பாடாகியது. உலா போகும் சமயத்தில் கம்பரை மாட்டி விடலாம் என்று யோசித்தார் கூத்தர். அவ்வாறே "கம்பரே தாங்கள் எது வரை எழுதியிருக்கிறீர்கள்?" என்று கேட்டார். மன்னரும் அதே பாவனையில் பார்த்தார்.

கம்பர் கலைமகளை தியானித்தபடி, "துமிதெறிக்கும்படி வானர வீரர்கள் அணை கட்ட, கல்லெடுத்து கடலில் போட்டனர்" என்னும் பொருளடங்கிய செய்யுளைப் பாடினார். "துமி என்ற சொல் தமிழில் கிடையாதே" என்று கூத்தர் சந்தேக குரல் எழுப்பினார்.

கம்பரின் வார்த்தையைக் காப்பாற்ற எண்ணிய கலைவாணி, அவர்கள் நிற்குமிடத்திற்கு மிக அருகிலேயே தயிர் கடையும் பாவனையில் அமர்ந்திருந்தாள். கலைகளெல்லாம் சிறு குழந்தைகளாய் அவளருகில் விளையாடிக் கொண்டிருக்க, அவர்களைப் பார்த்து அவள், "துமி தெறிக்கப் போகிறது, தள்ளி நின்று விளையாடுங்கள்" என்று கூறவும், சட்டென அதைப்

புரிந்து கொண்ட கம்பர், "துமி என்றால் துளி. அதோ அந்த ஆயர் குலப் பெண் கூட எவ்வளவு இயல்பாக சொல்கிறாள் பாருங்கள்" என்றவுடன் விதிர் விதிர்த்துப் போனார் கூத்தர்.

கம்பர் மட்டுமென்ன! தன் வாய்ச் சொல்லை மெய்ப்பிக்க சரஸ்வதி தேவி இங்கொரு நாடகமே ஆடி விட்டாளே என மெய் சிலிர்த்தார். இங்கே அவள் கலைமகள் வடிவத்தில் போதித்தாள்.

எங்கே விட்டோம்? ஆங்.... கூத்தர் பெருமான் உலாவலிலிருந்து திரும்பியதும் "தான் இத்தனை நாள் சிரமப்பட்டு எழுதியது வீண்" என நினைத்து ஆத்திரம் கொண்டு எழுதிய ஓலைச் சுவடிகளை எழுத்தாணியால் தாறுமாறாய் கீறிக் கிழித்தார்.

மறுநாள் காலை சரஸ்வதி தேவியைத் தரிசனம் செய்யச் சென்றபோது அன்னையின் வதனத்தில் கீறல் காயங்களிலிருந்து உதிரம் கசிந்துக் கொண்டிருந்தது.

"அம்மா! இதுவென்ன கோரம்" என்று அலறினார் கூத்தர்.

"எல்லாம் நீ செய்த கொடுமை தான்" என ஒலித்தது. "நான் செய்தேனா?" எனக் கூத்தர் திடுக்கிட, "ஆம்! எழுத்துக்களாலானது என்மேனி. நேற்று நீ எழுத்தாணியால் கீறவில்லையா?" எனக் கேட்டாள் அன்னை.

ஹ்ரீம் என்ற மூன்றெழுத்தில் முப்பெரும் தேவியரும் அடக்கம். ஹ்ரீங்காரமென்ற சொர்ணத்தூணில் திகழும் பவழப் பதுமையவள். ஏற்கெனவே முன் அத்தியாயங்களில் சிவப்பு நிற வடிவாய் தியானம் செய்வதற்கான பலனைச் சொல்லியாகி விட்டது. ஹ்ரீங்கார வேதத்தின் உச்சியில் விளங்கும் உபநிஷத்தும் அவளே என்கிறது **294**-வது நாமாவளி! "ஸ்ருதி சீமந்த ஸிந்தூரீ க்ருத பாதாப்ஜ தூளிகா" என்று லலிதா சகஸ்ரநாம வரிகளே இதற்கு உதாரணம்!

ஹ்ரீங்காரத்தின் தக்ஷிணா தேவியவள். தக்ஷிணையென்பது பூஜையில் திருப்தியடைந்து வழங்கப்படுவது. ஹ்ரீங்கார சப்தத்துக்கு அவள் தன்னையே தக்ஷிணையாகத் தருகிறாள் என்கிறது மந்திரம். ஹ்ரீங்காரமென்ற நந்தவனத்தில் பிரகாசிக்கும் என்றும் புதியதான கற்பகக் கொடியவள். அவள் கெஞ்சினால் இருப்பதையெல்லாம் தந்து விடுகிறாளே! சிவபெருமான் மேல் படருவதால் அவள் கொடியாகிறாளாம்!

ஹ்ரீங்காரம் இமயமலையென்றால் அதிலிருந்து பொங்கி வழியும் கங்கையவள்! ஈசன் தலையில் வேறொருத்தி இருந்துவிட முடியுமா? பூவுலகை வளமாக்கும் ஆசையோடு கைலாயநாதர் சிரசில் தங்கி விழுகிறதும் தேவியின் சக்திதான்!

ஹ்ரீங்காரம் ஒரு சமுத்திரமென்றால் அதில் அவள் கௌஸ்துபமணி. ஸ்த்ரீகளால் பிறந்த வீட்டை நினைக்காமலிருக்க முடியுமா? தமையன் மார்பை அலங்கரிக்கும் கௌஸ்துப மணியாகவும் தேவியால் இருக்க முடிகிறது.

ஹ்ரீங்காரமெனும் மந்திரத்தின் சர்வ ஐஸ்வர்யமும் அவள்தான்! ஹ்ரீங்காரத்தைப் பாராயணம் செய்பவர்களுக்கு சகல சௌக்கியத்தையும் கொடுக்கிறவள், என்று பூர்த்தியாகிறது 300-வது வரி.

ஓம்-ஐம்-ஹ்ரீம்-ஶ்ரீம் ஶ்ரீமத் ராஜராஜேஸ்வர்யை நம: ஓம் ஶ்ரீ லலிதா த்ரிசிதி நாம விளக்கம் சம்பூர்ணமாகிறது.

காமபீஜமான 'க்லீம்'

துருவசிந்து என்றொரு ராஜா அயோத்தியை ஆண்டு வந்தான். அவருடைய குமாரன் சுதர்சனன். துருவசிந்துவின் மனைவிக்குப் பிறந்தவர் சுதர்சனன். துருவசிந்துவின் இரண்டாவது மனைவியின் பெயர் லீலாவதி. அவளுக்குப் பிறந்த மகனின் பெயர் சத்துருஜித். சுதர்சனன், சத்துருஜித் இருவருமே காசிதேசத்து ராஜகுமாரியை திருமணம் செய்து கொள்ள ஆசைப்பட்டனர். ஆனால் மணமாலையை சுதர்சனனின் கழுத்தில் போட்டுவிட்டாள் ராஜகுமாரி. ஏமாற்றத்தில் கொதித்துப் போனான் சத்துருஜித். இதற்கிடையில் வேட்டைக்குப் போன ராஜா துருவசிந்து மரணமடைந்தான். இந்த சந்தர்ப்பத்தை பயன்படுத்திக் கொண்டு, லீலாவதியின் தகப்பனும், சத்துருஜித்தின் பாட்டன், சுதர்சனனை காட்டிற்கு துரத்திவிட்டு தனது பேரனை அரியணையில் அமர்த்தினார். அனாதரவாக நின்ற சுதர்சனனுக்கு, அம்பிகையின் 'க்லீம்' என்கிற

காமபீஜம் தான் சொத்து, காட்டில் அலைந்து திரிந்து கொண்டிருந்த அவனுக்கு அடைக்கலம் கொடுத்தார், பரத்வாஜ மகரிஷி. எல்லையைக் கடக்க முடியாதபடி நாலா பக்கமும்

எதிரிகள் சூழ்ந்திருந்தார்கள். அவர்களை அருகில் அணுகாதபடி பரத்வாஜ மகரிஷி காப்பாற்றி வந்தார்.

போரில் நாட்டமில்லாமல் சதா அம்பிகையையே ஜெபித்துக் கொண்டிருக்கும் மருமகனைப் பார்த்த காசிராஜா சுபாகு, "நம்மை சூழ்ந்திருக்கும் எதிரிகளை வென்று நாட்டைக் காப்பாற்ற வேண்டாமா? போதும் ஜெபித்தது, உங்களுக்கு உதவ நானிருக்கிறேன். வாருங்கள் சண்டையிடலாம்" என்ற போது பக்தனுக்கு அனுக்கிரகம் செய்வதற்காக அம்பாள் சிம்ம வாகனத்தில் மந்தாரமாலை போட்டுக்கொண்டு, சிவப்புப் புடவை கட்டிக்கொண்டு சண்டை போட வந்து விட்டாள். அப்போது சிங்கம் கர்ஜனை பண்ணியது. யானைப் படையெல்லாம் தாறுமாறா ஓடினதாலே எதிரிப்படைக்கு ரொம்ப சேதமாகிவிட்டது. சிங்கம் விட்ட பெருமூச்சே சூறைக் காற்றா பகைவர்களை அலைக்கழித்தது. இறுதியில் சுதர்சனனுக்கே வெற்றி கிடைத்தது.

காசி ராஜா சுபாகு, துர்க்கா தேவி காசியிலேயே வாசம் பண்ணனும் என்று கேட்டுக்கொண்டான். தேய்பிறை அஷ்டமியும், சதுர்த்தசியும் துர்க்கைக்குப் பிரியமான நாள். சுதர்சனனும் பகை அழிந்து சௌக்கியமா அயோத்தியிலே அரசாண்டான்.

சிங்க வாகனத்துலே அம்பாளைத் தரிசனம் பண்ணினால் பகை அழியும். ஹம்ஸத்தை வாகனமாக உடையவளே என்கிறது அடுத்த வரி. இங்கே தேவியை சரஸ்வதி அம்சமாகப் பார்க்கிறோம். ஹம்சம் பாலையும் நீரையும் தனித்தனியாய் பிரிக்கக் கூடியது. ஒரே மனிதருடைய மனசிலே இருக்கற நல்லது கெட்டதுகளைப் பிரிச்சுப் பார்க்கக் கூடியவள் அம்பாள். அடுத்து ஒரு குடும்பத்திலே, பிறகு ஊரிலே, அதற்குப் பிறகு லோகத்துலே... அவளாலே மட்டும்தான் அப்படிப் பிரிச்சு அதுக்கேத்தபடி பாப புண்ணிய பலன்களைத் தரமுடியும்.

ஹம்சம்னா சூரியன்னு ஒரு அர்த்தம். பிராணன்னு இன்னொரு அர்த்தம். அனைத்து ஜீவன்களின் பிராணனும் அவளுக்கு அடங்கின வாகனமாயிருக்கு. கோடி சூரியப் பிரகாசமே அவள் வாகனம். அவள்கிட்டேயிருந்துதான் அண்டங்களுக்கெல்லாம் வெளிச்சம் பாயறது. அவளோட கருணைதான் ஒளி. இல்லேன்னா இருட்டுதான்.

பண்டாசுரன், மஹிஷாசுரன், சண்டமுண்டன், சும்ப நிசும்பன் முதலான அசுரர்களை வதம் செய்தவள் அவள்.

இரண்யாட்சனுடைய வம்சத்திலே குரு என்கிறவனோட பிள்ளை துர்முகன். அவன் ஆயிரம் வருஷம் காற்றையே ஆகாரமாக்கொண்டு பிரம்மாவை நோக்கித் தவம் செய்தான். பிரம்மா வந்தார். வேத மந்திரமெல்லாம் எனக்கே சொந்தமாக வேண்டுமென்று கேட்டான். தவம் செய்தால் வரம் கொடுத்தாகணுமே! 'சரி' என்று சொல்லிவிட்டார்.

எல்லோருக்கும் வேதம் மறந்து போச்சு. சந்தியாவந்தனம், ஹோமம், ஜபதபம், ஔபாசனம், சிரார்த்தம், அக்னி ஹோத்ரம் ஒண்ணும் கிடையாது. தேவர்களுக்கு அவிர்ப்பாகம் இல்லாததாலே கிழவர்களாகிவிட்டார்கள். எல்லா லோகத்தையும் அசுரன் ஆக்கிரமித்துவிட்டான். மேருமலைக் குகையிலே போய் எல்லாரும் அம்பாளைப் பிரார்த்தனை செய்ய ஆரம்பித்து விட்டார்கள்.

யாகம் நடக்காததால் பூமியிலே மழையில்லே! குளம், ஆறு எல்லாம் வத்திப் போச்சு. பசுக்களெல்லாம் உயிர்விட்டு விட்டன. சில தேவர்கள் இமயமலையிலே போய் தவம் செய்தனர். பார்வத ராஜகுமாரி பிரத்யட்சமானாள். அவள் கையிலே ஒரு பூங்கொடி இருந்தது. அதிலே விதவிதமாகப் பழங்கள். ஒன்பது கையிலேயிருந்தும் அருவி மாதிரி நீர் கொட்டித்து. ஆறு, குளமெல்லாம் நிறைந்தது.

அசுரனோட ஒற்றர்கள் சும்மா இருப்பாளா? துர்முகன் கிட்டே போய் "ராஜா, நாம மோசம் போயிட்டோம். சாகம்பரின்னு ஒரு பெண் வந்திருக்காள். அவ கையிலேயிருக்கிற மலர்க்கொடியிலேயிருந்து காய், விருந்துச் சாப்பாடு எல்லாம் வருகிறது. தேவர்களெல்லாம் நலமாக இருக்கிறாள்" என்று சொன்னான்.

அசுரன் ஏராளமா சேனையோட வந்து அம்புமாரி பொழிஞ்சான். அம்பாள் விட்ட சக்கரம் பக்தர்கள் தலைக்கு மேலே சுத்தி சுத்தி வந்தது. முதல்லே 32 சக்திகள் பிறகு 66 சக்திகள் வந்தா. பத்து நாள் சண்டை நடந்தது. பத்தாம் நாள் சிவப்பு உடை உடுத்திக்கொண்டு, சிவப்பு மாலை போட்டுக்கொண்டு யுத்தம் பண்ணினான். 515 அம்புகளை இரண்டு ஜாமம் வரை தொடர்ந்து விட்டுக்கொண்டே இருந்தாள் தேவி. அசுரன் இரத்தம் கக்கிக்கொண்டு கீழே விழுந்தான். வேதங்கள் ஒளி வடிவாக வெளியிலே வந்தன. இப்படி எத்தனையோ பண்ணியிருக்கா அம்பாள்.

கொலை முதலான பாபங்களையும் சமன் செய்யும் பாப நாசினி என்கிறது 112-ஆவது ஸ்தோத்திரவரி. மாந்தாதாவோட வழிவந்தவன் அருண ராஜா. அவனோட பிள்ளை பேரு சத்திய விரதன். அவன் கிட்டே நல்ல குணமும், கெட்ட குணமும் கலந்து இருந்தது. அவன் பூர்வ ஜென்மாவிலே பாவம், புண்ணியம் இரண்டையும் செய்தவன்.

ஒரு கல்யாணத்தை முன்ன நின்னு நடத்தி வைக்கணுமென்று ஒரு குடும்பத்தில இருந்து வந்து கேட்டுக் கொண்டனர். ராஜா மகனாச்சே! போனான். கல்யாணப்பெண் மிகவும் ரூபவதி. மேடையிலே உட்கார்ந்திருந்த அவளை சத்திய விரதன் தூக்கிக்கொண்டு போய்விட்டான்.

அனைவரும் அருண ராஜாவிடம் சென்று முறையிட்டனர். ராஜா பிள்ளையைக் கூப்பிட்டு கண்டிச்சு, நாட்டை விட்டே

விரட்டிட்டார். சத்திய விரதன் செருப்புத் தைக்கிறவனாகக் கூட இருந்தான்.

அவனுக்கு, "ஒரே பிள்ளையைக் காட்டுக்கு அனுப்பலாமா? பரிகாரம் பண்ணிடலாமே என்று ராஜாகிட்டே குலகுருவான வசிஷ்டர் சொல்லலையேன்னு" கோபம்! பெத்த பிள்ளையைக் கவனிக்காம விட்ட மகாபாபம், ராஜாவைப் பிடிச்சது. நாட்டிலே ஒரு மாமாங்கமா மழையே பெய்யலே! அருண ராஜா மந்திரிகிட்டே ராஜ்ஜியத்தை ஒப்படைத்துவிட்டு தவம் செய்ய பண்ண காட்டுக்குப் போயிட்டார்.

அந்த நேரத்தில விசுவாமித்திரரும் வசிஷ்டரை ஜெயிக்கறதுக்காக காட்டுக்கு வந்து தவம் செய்து கொண்டிருந்தார். விவாகம் பண்ணிக்கொண்டு மனைவி குழந்தைகளை ரட்சிக்க வில்லையென்றால் அதுவும் பெரிய பாவம்! அந்தக் காலத்திலே குழந்தைகளை விற்கறதுக்கு கழுத்திலே தர்ப்பையைக் கட்டி இழுத்துக்கொண்டு செல்வார்கள். யார் வேண்டுமானாலும் விலை கேட்கலாம்! நாட்டில மழை பெய்யாம பஞ்சம் ஏற்பட்ட காலத்தில இப்படித் தன் பிள்ளையை விற்பதற்காக தர்ப்பையை கட்டிக்கொண்டு வந்தாள் விசுவாமித்திரர் மனைவி. அடுத்தவனுக்கு மனைவியை வரிச்ச பொண்ணைத் தூக்கிண்டு வந்தானே, சத்திய விரதன்; அவன் இதைப் பார்த்தான் 'குழந்தையை விற்க வேண்டாம். நான் காப்பாத்தறேன்' என்றான். விற்க வந்தவள் சரின்னுட்டாள். பின்னாலே அந்தப் பையன் தர்ப்பையாலே கட்டப்பட்டதாலே 'காலவன்' என்கிற பெயரோடு, புகழோடு இருந்தான். கல்யாணம், குழந்தை, அவாளைக் கைவிடறது' என்று எதுவும் வேண்டாம் என்று அவன் தவம் பண்ணி பெரிய ரிஷியாயிட்டான்.

சத்திய விரதன் தினமும் வேட்டையாடி ஏதாவது மாமிசத்தை, பழங்களை கொண்டு வருவான். ஒரு நாளைக்கு எதுவுமே கிடைக்கலே! அலைஞ்சு அலைஞ்சு அலுத்துப் போனான்.

வசிஷ்டரோட ஆசிரமத்துலே அவருக்குத் தானமாக் கிடைச்ச பசு கட்டியிருந்ததைப் பார்த்தான். அவர் மேல இருந்த கோபத்துல அதைக் கொன்றுவிட்டான்.

வசிஷ்டர் இது தெரிஞ்சதும் ‘மூணு கொம்புள்ள பிசாசாப்போ’ என்று சபித்து விட்டார். ஒரு கொம்பு மணப் பெண்ணைத் திருடியதுக்கு. அடுத்தது பசுவைக் கொன்றதுக்கு, மூன்றாவது தகப்பனாருக்கு அடங்காமத் திரிஞ்சதுக்கு.

அவன்தான் திரிசங்கு! அவனைத்தான் பிறகாலத்தில் விசுவாமித்திரர் உடம்போட சொர்க்கத்துக்கு அனுப்பினார். அவனுக்காக ஒரு சொர்க்கத்தையே உண்டு பண்ணினார். வசிஷ்டரோட சிஷ்யன் ஒருத்தன் “மூணு கொம்புப் பிசாசா அலையறியே! தேவியோட நவாக்ஷர மந்திரத்தை ஜபிச்சுண்டிரு. அவதான் பசுஹத்தியிலேயிருந்து விடுவிக்கற ஒரே பாப நாசினி என்று அந்த மந்திரத்தைச் சொல்லிக் கொடுத்தான். சத்திய விரதனும் பயபக்தியோட தினமும் அதைப் பாராயணம் பண்ணிக்கொண்டிருந்தான். பிராயச்சித்த ஹோமம் பண்ணும்படியா ரிஷிகளிடம் கேட்டான். ஒருத்தரும் முடியாது என்று கைவிரித்தனர்.

அக்னியை மூட்டி உயிரை விட்டுடலாமென்று ஏற்பாடு பண்ணினான். பாப நாசினி ஆகாயத்திலே தெரிஞ்சா! ஒரே பிரகாசம். “நாளை மறுநாள் நீதான் ராஜா! கவலைப்படாதே! இனி மேலாவது புத்தியோட இரு” ன்னு ஆசீர்வாதம் பண்ணினா. நாரதர் போய் அருண ராஜாகிட்டே “அம்பாளே சத்திய விரதனை மன்னிச்சுட்டா! நீ போய் பிள்ளையை அழைத்துக்கொண்டு வந்து முடிசூட்டு. வயசான உனக்கு இனிமே குழந்தை பிறக்காது” என்று சொன்னார்.

தேவி தரிசனம் கிடைச்சதுமே அவனோட மூணு கொம்பும், பிசாசு ரூபமும் போய்விட்டது. ராஜா வந்து பிள்ளையைக் கூட்டிக்கொண்டு போய் முடி சூட்டினார்.

இப்படி எப்பேறப்பட்ட பாபத்தையும் நவாக்ஷர மந்திர ஜபம் அழிச்சுடும்.

இந்திரன் முதலான திக் பாலர்களால் சேவிக்கப்பட்டவள் அம்பாள். நவரத்தினத் தீவில் தேவி தரிசனத்துக்காக தினமும் பத்து திசைக் காவலர்களும் காத்துக் கிடக்கிறார்கள். அவர்களுடைய கிரீடங்கள் தினமும் அவள் பாதங்களிலே படறது. எத்தனை தான் விளக்குகளை ஏத்தி வைத்தாலும் சூரிய வெளிச்சத்துக்கு ஈடுவருமா? ஆயிரம் குடத்துலே ஜலம் பிடித்து வைத்தாலும் கங்கைக்கு ஒப்புச் சொல்ல முடியுமா?

மஹாமாயா

அப்பாவை அம்மா வசீகரிச்சாதான் குழந்தைகள் கேட்டது கிடைக்கும். சம்சாரம் சந்தோஷமாக ஓடும். தமக்கை, புருஷன்கிட்டே கோபித்துக்கொண்டு பிறந்த வீட்டுக்கு வந்தால் வீட்டிலே தினமும் பிரச்னைதான்! பொண்ணுகிட்டே மாப்பிள்ளை மயங்கிக் கிடக்கணும் என்கிறது பெண்ணைப் பெற்றவளுடைய ஆசை. பிள்ளை மருமகளோடு ஒற்றுமையாக வாழணும். குடும்ப கௌரவத்தைக் கெடுக்கற மாதிரி தாசி வீட்டுக்குப் போயிடக் கூடாது என்று பிள்ளைகளைப் பெற்றவர்களும் பிரியப்படுவா. ஆக இங்கே மயக்கம் தேவைப்படுகிறது. அந்த மயக்கத்தைத் தருகிறவள் மஹாமாயா. அவளுடைய கருணை இல்லாவிட்டால் இந்த மோகங்கள் உண்டாகாது.

மது - கைடபர் சண்டையை நிறுத்த வந்தவள் இந்த மாயை. சும்ப நிசும்பனை, மஹிஷாசுரனை மயக்குவித்தவளும் இவள்தான். இவள் தயவு இல்லையென்றால் உலகத்திலே பிரஜா உற்பத்தியே இருக்காது. அனைத்துக்கும் ஆதாரமாயிருக் கிறவளும் அவள் தான்!

வண்டுக்கு மோகமூட்டி மகரந்தச் சேர்க்கையை உண்டு பண்ணு கிறவளும் அவள்தான்! மஹாமாயை இல்லேன்னா தோட்டங்களிலே மரம், செடி, கொடிகள் பூக்காது; காய்க்காது. மிருகங்களும், பறவைகளும் மலடாயிருக்கும். படிப்பிலே மயக்கம் வந்தா முதல் மாணவனாயிருக்கலாம்! சங்கீதத்துலே மோகம் வந்தா சிறந்த வித்வானாகலாம்! இப்படி எல்லாத்துக்கும் மயக்கத்தைக் கொடுக்கிறவள் அவள்!

பம்பரம் சுற்றுகிறது. காரணம் ஆணியா, கயிறா, பூமியா! எதுவுமே இல்லே...க்கையிலே கொடுக்கற விசைதான்! அந்த வேகமாயிருப்பவளுக்குப் பேர்தான் சக்தி! எங்கும் நிறைந்திருக்கிறவள் அம்பாள். அவளை சதா நினைச்சிண்டிருந்தால் பெட்டியிலே பணம் நிறையும். குதிரிலே தானியம் நிறையும். மனசிலே ஆனந்தம் நிறையும். குடும்பத்திலே ஒற்றுமை நிறைந்திருக்கும். மற்ற விஷயங்களை நிறைவு என்று நினைத்து மனசு லயிச்சா அது காற்றடைத்த பலூன் மாதிரி திடீரென்று காணாமல் போயிடும்.

கையைத் தட்டினால் ஓசை. தட்டாட்டா ஓசை இல்லே. தட்டாமல் இருந்துட்டு ஓசை வரலியே என்று அடம் பிடிச்சா எப்படி? வீணையை விற்கிறவனுக்கு பணம் தான் முக்கியம். அதோட இசை சுகம் தெரியாது. சங்கீதம் தெரிந்தவர்களுக்கு நல்ல வீணையைப் பார்த்தால் முகமெல்லாம் பிரகாசமாயிடும். எங்கும் நிறைஞ்சிருக்கிறவளை தொட்டித் தண்ணியிலே கூடப் பார்க்கலாம். குழந்தையோட அழு குரல்லே கூட அவ இசைக்கிறா. குழந்தையிடமிருந்து எதையாவது பிடுங்கும்போது அழலேன்னா அது ஜடம். பெத்தவா கவலைப்படுவா! 18 வயசு வரை பெண்கள் புஷ்பிக்கலேன்னா அம்பாள் அருள் குறைஞ்சிருக்கு என்று புரிஞ்சுக்கணும். ஒரு திறமைசாலியான பையனுக்கு விவாகம் நடக்கலேன்னா சுவாஸினிகளை கௌரவிச்சு அவள் அருளை சேகரிச்சுக்கணும். அவளை நிறைவுபடுத்தினால்தான் வாழ்க்கையிலே குறை இருக்காது.

ஸத்துவம், ரஜஸ், தமஸ் மூணுமே அவகிட்டே கிடையாது. பண்டாசுரன் கிட்டேயும், மஹிஷாசுரன் கிட்டேயும் அவள் சாத்வீகமா நடந்துக்க முடியுமா? குழந்தைகளான முருகன், விநாயகர்கிட்டே கோபத்தைக் காட்ட முடியுமா? பக்தர்கள் நிந்தாஸ்துதி செய்தாலும் ஏத்துக்கறவ அவ!

ஒரு தடவை தண்டிக்கும், காளிதாசனுக்கும் போட்டி வந்தது. இரண்டு பேரும் ஏடுகளை அம்பாளோட பாதத்திலே சமர்ப்பிச்சா. மறுநாள் எடுத்துப் பார்த்தா "தண்டியே கவி"ன்னு இருந்தது. காளிதாசர் முகம் இறங்கிப் போச்சு!

'இப்படி ஏமாத்திட்டியே' என்று கண்ணாலே ஜலம் விட்டார். "அட அப்பாவியே! தண்டி கவிதான்! நீ நானில்லையா? உன்னுக்குள்ளே இருந்து நான் தானே எழுதுகிறேன்! தற்புகழ்ச்சி தப்பில்லையா" என்று கேட்டா அம்பாள்!

குழந்தை உதைக்கும். நீதிபதியாயிருக்கிற தாத்தா சந்தோஷப்பட்டு கொலுசு போடுவார். ஆனா நீதிமன்றத்திற்குள் அவர் நுழைஞ்சா எல்லாரும் எழுந்து நிற்பா. பக்தர்கள் குழந்தையாக தன்னை நினைச்சால் அம்பாள் நிச்சயமாக கொலுசு போடுவாள்.

சிவந்த நிறமுடையவள் அவள். ஆடை, ஆபரணம், வடிவம் எல்லாமே சிவப்பு! சூரியனுக்குப் பிடித்த நிறம் சிவப்பு. தைரியம், துணிச்சல், கட்டுப்பாடு இதையெல்லாம் ஒருத்தருக்கு அருளுகிறப்போ அம்பிகை சிவப்பா இருக்கா. இரத்தம் சிவப்புதான்! அது உடம்புலே கட்டி தட்டி போகாமல் காப்பாத்தறதுக்காகத்தான் அம்பாள் சிவப்பு நிறம் எடுத்துக்கறா.

எங்கேயாவது விபத்து நடந்து இரத்தம் சேதமாயிடுத்துன்னா சிவப்பு நிறமா அம்பாளை உருவகப்படுத்தி ஸ்தோத்திரம் பண்ணணும். இரத்தத்திலே புற்று நோய் வராமத் தடுக்கற சக்தி அம்பாளுக்கு உண்டு. சிவப்பு ஆடை உடுத்தி அரளி மாலை போட்டா இரத்தத்திலே உள்ள வியாதிகள் சொஸ்தமாகும்.

பிறந்த நாள், கல்யாணம், ஸீமந்தம், நவக்கிரக பரிகாரம் இதுக்கெல்லாம் ஹோமம் வளர்க்காமல் இருக்கோமா? மிளகாய் வற்றல் சிவப்புதான்! சேர்க்கலேன்னா சமையல் ருசிக்காதே! மாணிக்க வல்லின்னு அம்பாளுக்கு ஒரு பேர். பவளமெல்லாம் சிவப்பு தான்! பவள மாலை போட்டுக்கொண்டால் செவ்வாய் தோஷம் போகும். கண்ட மாலை என்கிற நோய் வராது. அம்பிகையை லோக மாதா என்று வர்ணிக்கிறது 139-வது ஸ்துதி. அவ அனைத்தையும் அனுமானித்தறியக் கூடியவள். அவளால் அனுமானிக்க முடியாத விஷயமே கிடையாது.

ஆலயத்திற்குப் போகும்போது சாதாரணமாகப் போவா சிலபேர். இருக்கற ஆபரணத்தைப் போட்டுக் கொண்டு, பளிச்சென்ற உடையுடன் தான் செல்ல வேண்டும். ஏன்னா அவ ஸர்வாத்ம சொரூபிணி யாச்சே! நாம் அணிகிற நகைகள் அவளையே அலங்கரித்ததா அர்த்தம். தெருவிலே வாகனங்கள் அதிகமாகிவிட்டதே என்று நாம் நடக்காமல் இருக்கோமா! கள்வர்கள் எங்கே இல்லை! ஜாக்கிரதையாக நாமதான் காப்பாத்திக்கணும்! நெருப்பு சுடுமென்று சமைக்காம இருக்கோமா? அது மாதிரிதான் இதுவும்.

நவராத்திரியிலே கிருஷ்ணர், ராமர், ஆண்டாள் என்றெல்லாம் வேஷம் போடறது அவ்ளை திருப்தி பண்ணத்தான்! மூக்குத்தி முத்தோட அழகை ஆதிசங்கரர் ஸௌந்தர்யலஹரி 61-ஆவது ஸ்லோகத்தில் வர்ணிச்சிருக் கார். இதைத் தினமும் காலையிலே அரைமணி நேரம் பாராயணம் பண்ணினா லக்ஷ்மீ கடாட்சம் பெருகும். கடன் தீரும்.

மார்பிலே பிரகாசிக்கும் முத்துமாலையைப் புகழ்கிறது 74-வது ஸ்லோகம் அதைப் பாராயணம் பண்ணிக்கொண்டு வந்தால் நல்ல வழியிலே புகழ் கிடைக்கும். இப்படி ஒவ்வொரு பூஷணத்துக்கும் ஒவ்வொரு கீர்த்தி உண்டு.

கடைக்கண் பார்வை

கருணை பெருகும் கடைக்கண் பார்வையுடையவளே என்கிறது 151-ஆவது ஸ்லோகவரி.

அதென்ன கடைக்கண்! முழுக்கண்ணாலேயும் பாரு என்று வேண்டிக்கத் தெரியலையே என்று ஒரு மகான் கேட்டார். கடைக்கண்ணால் பார்க்கிறது சிருங்கார ரஸம். தேவியோட கடைக்கண் நோக்கு கிடைச்சா தம்பதிகள் ஒற்றுமையாக இருப்பா. கன்னிப் பெண் பூத்துடுவா; கல்யாணம் கூடிவரும். சந்தான ப்ராப்தி ஏற்படும். உமாதேவியோட கடைக்கண் பார்வையால்தான் அநங்கன் தென்றலையே தேராகக் கொண்டு உலகங்களையெல்லாம் ஜெயிக்கறான். இந்த வரியை தினமும் '108 முறை உபாஸிக்கிறவன் விருப்பங்களைத் தேடி அலைய வேண்டாம். அவை தானாகத் தேடிவரும்' என்கிறார் மூககவி.

"முழுப்பார்வையில் கங்கையிடம் கொண்ட கோபம் தெரியும். சிவன் மேல் அலைகிற பாம்புகளிடம் உள்ள அச்சம் தெரியும். பொல்லாதவர்களை சந்தித்த வீரம் தெரியும். அதனாலே சிருங்கார ரஸம் மிகுந்த கடைக் கண் நோக்கே சாதாரண மக்களுக்கு வேணும்" என்கிறார் லக்ஷ்மிதரர்.

அன்னையின் கண்கள் காதுவரை நீண்டிருக்கிறது. பறவைகளின் மெல்லிய இறகுகளைப் போல் இமைமயிர் நெருக்கமாயிருக்கு. அதை தியானிக்கிறவர் காமச்சிக்கல்களிலிருந்து விடுபடுவார். அதனாலேதான் அவள் காமேஸ்வரியாயிருக்கா.

தனம், கல்வி, தளர்வடையாத மனசு, தெய்வீக வடிவம், நன்மை இப்படி எல்லாத்தையும் கொடுக்கறது அபிராமியோட கடைக்கண்கள்தான் என்கிறார் அபிராமிபட்டரும். இந்த ஸ்லோகத்திலே பூ மாதிரியிருக்கிற அவளோட கூந்தலையும் அடையாளமாகச் சொல்கிறார்.

எத்தனை வேலை இருந்தாலும் கைக்குழந்தையைக் கடைக் கண்ணாலே பார்த்துக்குவா தாயார். நாம அவளுக்குக் கைக் குழந்தை. அவளோட கடைக்கண் பார்வை நம்ம மேல விழணும் என்று வேண்டிப்போம். ஏன்னா அதிலே தேன் கூட்டிலே தேன்நிரம்பி வழியற மாதிரி கருணை கசியறது.

கபாலீஸ்வரரோட பிராணநாயகி அவள். இருந்தாலும் ஒருமுறை கணவனை அவளுக்கு அடையாளம் தெரியலே. பிரம்மாவுக்கும் அவர் மாதிரி ஐந்துதலை. சரஸ்வதிக்கும் அதே தடுமாற்றம் தான்! அதிகப்படியா இருந்த பிரம்மாவோட மேல் தலை அகம்பாவமாக பேசியது. அதை கபாலீஸ்வரர் நகத்தாலே கிள்ளிட்டார். பிரம்மா நான்முகன் ஆயிட்டார். ஆனா கிள்ளின தலை கபாலீஸ்வரர் கையிலே ஒட்டிவிட்டதே! ஆளுக்கொரு விமர்சனம் செய்தனர். யார் அன்னம் போட்டும் கபாலம் கீழே விழறதாயில்லே!

அன்னபூரணியாக வந்து அவிமுக்த க்ஷேத்திரத்திலே அம்பாள் அன்னம் போட்டாள். கபாலம் கீழே விழுந்தது. கேட்டதைக் கொடுத்ததால் அவள் கற்பகமானாள். ஒரு மாமாங்கம் காசியில் பஞ்சம் தீர அன்னமிட்டா பூரணி. அன்ன கூடத்தில் அவள்

கொலுவிருக்கிறாள். வேத வியாசர் தன் சீடர்களோடு அவளை அம்பிகை என்று உணராமல் சோதிக்க வந்தார். வெறும் இலை மட்டும் போடப்பட்டது. "எதை சாப்பிடறது?" என்று வியாசர் கோபத்தோடு கேட்க. "உற்றுப்பாருங்கள்" என்றாள் அன்னை. உற்றுப் பார்த்தனர். இலை கொள்ளாத அறுசுவை உணவு!

"தாயே! தாங்கள் யார்?" என்று வியாசர் கேட்டார்.

"பசி தீர்ந்ததும் சொல்கிறேன்" என்றாள் அம்பிகை. பசி தீர்ந்ததும் தன்னை வெளிப்படுத்தினா. கோயில்லே போனா அவளை உற்றுப் பார்த்து உருகணும். எல்லாப் பசியும் தீர்ந்துவிடும்.

அவள் கருணையே வடிவானவள். மஹிஷாசுரனை, சும்ப நிசும்பரைக் கூட சம்ஹரிக்கத்தான் வந்தா. ஆனா உடனே கொல்லலை. தூது விட்டா. சபதம் பண்ணிட்டேனே, எப்படிக் கல்யாணம் பண்ணிக்கறது என்று போக்குக் காட்டினாள். அந்த அசுராள் துராக்கிருதமா நடந்து கொண்டதுக்குப் பிறகு தான் ஆயுதம் எடுத்தா. அப்படி இருக்கறப்போ நல்ல நினைப்போட இருக்கற பக்தர்களைக் கைவிடுவாளா?

கொட்டும் அருவியிலே அவளைத் தரிசிக்கலாம். பெருகும் வெள்ளம், யாக அக்கினி-இப்படி மனதைக் கவரும் எல்லாம் அவ வடிவம்தான்!

செம்பருத்திப்பூ மலர்ந்ததும் ரொம்ப ரம்மியமாக இருக்கும். அந்த மாதிரியான மலர்ந்த பூக்களோட தேஜஸைப் பழிக்கும்படியாக இருக்கும் அம்பிகையோட காந்தி. அந்த மாதிரி தேவியை மனசிலே வரிச்சு 155-வது த்ரிசதி வரியை தினமும் 108 தடவை சொன்னால் பயம் போயிடும். தைரியமும், தன்னம்பிக்கையும், புகழும் வரும். கடன் தீரும். சொத்து வாங்க முடியும். வழக்கு சாதகமா முடியும். ஆனா அவா பக்கம் நியாயம் இருக்கணும். காவல் துறையிலே உத்யோகம் கிடைக்கும்.

சுறுசுறுப்பாயிருப்பா. மனசிலே வைராக்கியம் ஏற்படும். விபத்துக்கள் ஏற்படாது.

அறுபத்து நாலு கலையிலே பேச்சுக்கலையும் ஒண்ணு. என்னதான் திறமை இருந்தாலும் அதை நாசூக்காக வார்த்தையிலே வெளிப்படுத்தணும்.

ஒரு தடவை போஜராஜா பவபூதியோட கவிதையை ஒரு தட்டிலும் காளிதாசரோட பாடலை இன்னொரு தட்டிலும் போட்டு நிறுத்துப் பார்த்தார். பவபூதியோட ஓலை கீழே இறங்கவேயில்லே. 'கலாதேவி, காப்பாத்து. மானம் போயிடும் போல இருக்கே'ன்னு கண்ணாலே ஜலம் விட்டார் பவபூதி. அம்பாள் பொறுப்பாளா! வாக்தேவியோட காதிலே இருக்கிற ஆபரணம் வெள்ளைத்தாமரை. அதோட நடுவிலே கையை வைச்சா. தேன் வந்தது. அதை எடுத்து பவபூதி யோட ஏட்டிலே தெளிச்சா. தட்டுகள் சமமாயிடுத்து.

156-வது த்ரிசதி ஸ்லோக வரியை தினம் முடிஞ்ச அளவு ஜபிச்சா வாக் சாதுர்யம் வரும். சிறந்த பேச்சாளராகலாம். ஆசிரியராகலாம்.

சக்தி, லக்ஷ்மி, சரஸ்வதி இப்படி யாரோட ஸ்லோகத்தை எடுத்துண்டாலும் அதிலே "கம்பு கண்ட்யை நம:" என்று வரும், அதாவது 'சங்கு போல கழுத்தை உடையவளே' என்று அர்த்தம். அந்தக் கழுத்திலே ஏராளமான நகைகளுக்கு நடுவிலே திருமாங்கல்யம் தொங்குகிறது. உடம்பையும், முகத்தையும் இணைக்கும் பாலம் கழுத்து. சிவனோட கழுத்திலே தான் ஆலகால விஷம் தங்கியிருக்கு.

முகம் தாமரைன்னா அதோட காம்பு தான் கழுத்து. வீணைக்குத் தந்தி மாதிரி கழுத்து நரம்புகள் தான் பேச்சுக்கு. பாட்டுக்கு தந்தி. கழுத்திலே உத்தம ஸ்த்ரீ, புருஷாளுக்கு மூணு கோடுகள் இருக்குமென்று சாமுத்திரிகா சாஸ்திரம் சொல்கிறது.

அம்பாள் சிவஜ்ஞான ப்ரதாயினி யாச்சே! இந்த 157ஆவது வரியை தினமும் ஜபிச்சா சங்கீத மேதையாக லாம். ராஜா கூட வசியமாயிடுவார். "ஷட்ஜமம், மத்யமம், காந்தாரம் என்கிற ஸ்வர தொகுதிகளின் எல்லையைக் காட்டுவதைப் போல இவை இருக்கின்றன" என்கிறார் ஆதிசங்கரர்.

காலையிலே நந்தவனத்தைப் பார்த்தால் எல்லாச் செடி, கொடிகளிலேயும் இளம் தளிர் இருக்கும். லேசான சிவப்பு கலந்த பச்சை. அதுக்குன்னு ஒரு வாசனை. ஆனா அம்பாளோட கைகளைப் பார்த்தால் அந்தத் தளிர் முற்றல் என்கிறது 158-வது வரி. அத்தனை அழகு, மிருது அந்தக் கைகள். பிரம்மா "அம்மா! சிவன் ஒரு தலையைக் கிள்ளிட்டார். உன்னோட நாலு கைகளையும் என்னோட நாலு தலையிலேயும் வைச்சு ஆசீர்வாதம் பண்ணு" என்று நாலு வாயாலேயும் ஸ்துதிக்கிறதாக பகவத் பாதாள் சொல்றா.

அவளோட புஜங்களோ கற்பகக் கொடி மாதிரி இருக்கும். அபயம், வரமுத்திரை இரண்டையும் புஜங்களோட சேர்த்துதான் காண்பிக்கிறாள். கற்பக மரம் கேட்டதையெல்லாம் கொடுக்கும். அம்பிகை அதற்குச் சளைத்தவளல்ல.

தாக்ஷாயணியின் வலது கரம் விழுந்த இடம் பங்களா தேஷில் சிட்டகாங் - சாந்த்பூர் ரயில் மார்க்கத்தில் 38 கிலோ மீட்டரில் இருக்கு. சீதா குண்டத்து நீர் வருஷம் பூரா வெந்நீராத்தான் இருக்கும். கொடுக்கிற கையாச்சே! இங்கே பவனின் மனைவி பவானியாக அம்பாள் அருள் புரியறா. இது 15-வது மகாசக்தி பீடம்.

இதோட வலது பக்கத்திலே அம்பாளோட வளையலும், பின்னாலே மோதிரங்களும் விழுந்ததாக சொல்லப்படுகிறது. ரேவதி நதிக்கரையிலேயும் அம்பாளோட கங்கணங்கள்

விழுந்திருக்கு. அங்கே அம்பிகை ராஜ ராஜேஸ்வரியாக அருள் புரியறா. அந்த அஞ்ஜனா தேவி சகல பாவத்தையும் நிர்மூலமாக்கிடுவா.

அவளோட நெத்தியிலே கஸ்தூரிப்பொட்டு இருக்கும். கஸ்தூரிக்கு ரணங்களை குணமாக்கற சக்தி உண்டு. அந்தக் காலத்துலே பிரவிச்ச ஸ்த்ரீக்கு வெத்தலையிலே மடிச்சுவச்சு கஸ்தூரியைக் கொடுப்பா. தன்னோட பக்தர்களோட மனசிலேயுள்ள காயங்களை ஆற்றத்தான் அம்பாள் கஸ்தூரி திலகம் வைச்சிண்டிருக்கா. கடனேன்னு கோயிலுக்குப் போகாமல் அணு அணுவா அம்பாளை ரசிக்கலாம்.

சக்தி பீட மகிமை!

பூமி தத்துவத்தில் தன்னை மறைச்சுக் கொண்டவள் அம்பிகை. குலம் என்கிற உலகத்தவர் கொண்டாடற மோட்சத்தோட வடிவமே அவதான் என்கிறது 197-வது ஸ்லோக வரி.

மகாசக்தி பீடங்களில் 35-வது பீடநாயகி ஜெயந்தேஸ்வரி. மேகாலயாவிலே இருக்கிற ஜெயந்தியாமலை மேலே ஒரு சின்னக் கோவிலில் வனதுர்க்கையாக தரிசனம் தருகிறாள். விஷ்ணு மாயான்னும் அவளுக்கு ஒரு பெயருண்டு. மனுஷாளோட தேகத்திலே இடது கால் பெருவிரலாக அவ இயங்கறா. அந்த விரலை தினமும் ஓர் அஞ்சு நிமிஷம் அழுத்தினால் வலது பக்க மூளையும், நரம்புகளும் பலப்படும்.

தாக்ஷாயணியோட இடது கணுக்கால் விழுந்த இடம் இதுதான் என்று மேரு தந்திரத்திலே சொல்லியிருக்கு. சதிதேவியோட வலது முழங்கால் விழுந்த இடம் மகதம். மனுஷ சரீரத்திலே இடது தொடையிலே ஏதாவது உபாதை உண்டானா இவளைப் பிரார்த்தனை பண்ணலாம்.

காதி மன்னனோட பொண்ணு பேரு பாடலி. அவள் விஸ்வாமித்திரரோட சகோதரி. ஒரு தடவை கௌண்டின்ய

மகரிஷி அரண்மனைக்கு வந்தார். அவருக்கு பணிவிடை செய்தாள் பாடலி. 'உனக்கு என்ன வேணுமோ, கேளு" ன்னார் ரிஷி. "என் பேர் அழியாமல் ஒரு நகரம் இருக்கணும்னு கேட்டா பாடலி. அப்படி ஏற்பட்ட நகரம் தான் பாடலிபுத்ரம்.

பதஞ்சலி முனிவர் தன்னோட மகாபாஷ்யத்துலே பாடலிபுத்ரத்தை பாதிரிப்பூக்கள் நெறஞ்ச ஊருன்னு சொல்லியிருக்கார்.

இந்தக் காதிராஜா இந்திரனோட அம்சம். பிருகு முனிவரோட பிள்ளை ரீசீகர் இந்தப் பெண்ணைக் கல்யாணம் பண்ணிக் கொடுன்னு கேட்டார். ராஜாவுக்கு இஷ்டமில்லை. மாட்டேன்னு சொன்னால் ரிஷி கோபித்துக்கொள்வார். ஒரு காது கறுப்பாயிருக்கணும். காற்றை விட வேகமாகப் போகணும். உடம்பெல்லாம் வெள்ளையாயிருக்கற ஆயிரம் குதிரைகளை சீதனமாகக் கொடுக்கணும்" என்று நிபந்தனை விதிச்சார். அப்போதெல்லாம் நல்ல குணமான பொண்ணு வேணும்னா பொண்ணுக்குத்தான் விலை கொடுக்கணும். அப்புறம் காலம் மாறிப் போச்சு!

காளை மாட்டிலே பால் கறக்கற மாதிரி முடியாத காரியமென்று நினைச்சார் காதிராஜா. ஆனா ரீசீகர் வருண ஜபம் பண்ணி அஸ்வ தீர்த்தத்திலே பிறந்த ஆயிரம் குதிரைகளைக் கொண்டு வந்துட்டார்! அது மாதிரி அம்பாளாலே முடியாதது எதுவுமே இல்லே!

எல்லோராலும் போற்றப்படுகிறவள் அம்பிகை. எதனால்? அவளுக்கு இளகின மனசு.

அம்பிகை பெரிய தவறுகளையும் கூட மன்னிக்கிறாள். இல்லாவிடில் 'ஹும்' என்றாலே பஸ்பமாகக் கூடிய அசுரர்களை "நான் சபதம் செய்து விட்டேனே! அதனால் சண்டையிட்டு ஜெயித்தால் தானே உங்களை மணக்க முடியும்!" என்று-

சொன்னதன் மூலம் அவர்கள் திருந்துவதற்குத் தவணை கொடுத்திருப்பாளா? அவளுடைய கருணை உலகம் முழுவதும் சக்தி பீடங்களாகப் பரவ தன் தேகத்தையே தியாகம் செய்தவளாச்சே! தேவியோட இடது முழங்கால் விழுந்த இடம் உஜ்ஜயினி. பட்டிக்கும் விக்ரமாதித்தனுக்கும், சாலி வாஹனனுக்கும் அம்பாள் ஆயுள் விருத்தி பண்ணின ஸ்தலம். அவந்திகா, குசஸ்தலி, போகவதி என்று பல பெயர்கள் உஜ்ஜயினிக்கு உண்டு. அம்பாளுடைய இடது முழங்கை விழுந்த இடம் ஹரஸித்தி ஆலயம்.

நவதுர்க்கைகளில் இவள் ஸித்திதா என்றழைக்கப்படுகிறாள். ஆடு மேய்த்துக்கொண்டிருந்தவன் நாக்கிலே பீஜாட்சரத்தை எழுதி காளிதாசனாக்கியவள் இவள் தான்! ஒருமுறை கைலாயத்திலே சிவனும், உமையும் சொக்கட்டான் ஆடிண்டிருக்கா. சண்டன், பிரசண்டன்னு ரெண்டு ராட்சசா அவர்களை ஆட விடாமத் தொல்லை பண்றா. கோபத்தோட தேவி அவாளை சம்ஹாரம் பண்ணிட்டு வந்து இளைப்பாறின இடம் இது.

பரமேஸ்வரனோடு கூடியிருப்பதே அம்பிகைக்கு ஆனந்தம். ஆனாலும் பக்தாளுக்காக இப்படி சில இடங்களிலே அருள்புரியறா. விக்ரமாதித்தன் அம்பிகையின் பக்தன். பதினோரு தடவை விக்ரமாதித்தன் தன் சிரத்தை வெட்டிப் போட்டு சித்திகளையெல்லாம் அடைந்திருக்கிறான். அவனோட குலதெய்வம் அவ. சாரதா நவராத்திரி அங்கே ரொம்ப விசேஷம். கோயில் ஜெகஜ் ஜோதியா 'ஜேஜே'ன்னு இருக்கும்.

ஐயன் ஜீவன். அம்பிகை சக்தி. அவரை செயல்பட வைப்பவள் அன்னை. அம்பாள் இல்லையென்றால் இந்த உலகம் ஸ்தம்பித்து விடும். அவளுக்கு ஸ்தம்பினின்னு ஒரு நாமதேயம் உண்டு. தேவி பாகவதத்திலே வரும் தேவியின் படைகள் அசுர மாயையாலே

ஸ்தம்பிச்சுப் போயிடாமல் ஸ்தம்பேஸ்வரி காவல் காக்கறாளாம்! மகேந்திர பர்வதத்தோட சிகரத்திலே அம்பாளோட மூளை விழுந்ததாக சொல்லப்படறது. அந்தப் பகுதி பழங்காலத்திலே உத்கல நாடுன்னு சொல்லப்பட்டிருக்கு.

புதுக்கோட்டையில் அவள்தான் புவனேஸ்வரியாக அருள் புரிகிறா. ரஸனை மிகுந்தவள் அவள்.

சத்யகாமம், சத்ய ஸங்கல்பம் முதலான சம்பத்தின் உச்சியை அடைந்தவள் தேவி என்கிறது த்ரிசதியின் 200-வது ஸ்லோகவரி.

நம்மளோட தேகத்திலே இருதயம் முதல் வலதுகை நுனி வரை எந்த ரோகம் வந்தாலும் "ஓம், மங்கள கௌர்யை நம:" ன்னு *108* தடவையாவது ஒரு மண்டலம் ஏகாக்ர சிந்தையோடு ஜபிக்கணும்.

அவந்தி நாட்டிலே ஷிப்ரா நதிக்கரையிலே அம்பாளோட வலதுகைப் பெருவிரல் விழுந்ததாக சொல்லப்படறது. அந்த இடத்துக்கு பைரவ கிரின்னு பேரு. முற்காலத்திலே அந்த இடத்துக்குப் பேர் மாளவதேசம்.

பூப் போன்ற தேவி

மானின் மத நீர் தான் கஸ்தூரி. அது பெரிய ஔஷதம். சித்தர்கனெல்லாம் அதிலே மூலிகைச் சாறுசேர்த்து பொட்டு வைத்துக் கொள்வார்கள். தேவியோட காதிலே போட்டுக்கொண்டிருக்கிற முத்து கம்மலின் பிரகாசம் கன்னத்திலே வீசறதாம். இரண்டு கன்னத்திலேயும் கஸ்தூரியாலே சரஸ்வதியும், லக்ஷ்மியும் பூங்கொத்து வரைஞ்சிருக்காளாம்! 'பெண்வண்டுகள் கஸ்தூரி மணத்துக்காக கன்னத்தை வட்டமிடுகிறதே' என்று காளிதாசன் அங்கலாய்க்கிறான். குவளைப் பூக்களைத்தான் அம்பாளுக்கு அவன் காதணியாக்குகிறான். சுழலுகின்ற விழியழகு செவியிலுள்ள குவளை மலர்களைப் பழிப்பது போல் உள்ளதாம்!

"ரஸ்மிச் ஹடாபல்லவ-ப்ரோல்லஸ ஹோார் லதாராஜிதே" என்று அம்பாளை வர்ணிக்கிறார் காளிதாசர். வங்கி (தோள் வளை)களின் ஒளிக்கற்றையாகிய தளிர்களால் விளங்கப் பெற்ற கைகளாகின்ற கொடிகளால் பிரகாசிப்பவளே!" என்று இதற்கு அர்த்தம்.

கண்கள் நீலோத்பலமலர். நாசி எள்ளுப் பூ. விரல்களோ, காந்தள் பூக்கள்.

சௌந்தர்ய சோலை

“லப்த யௌவன சாலின்யை” என்கிறது 272-ஆவது த்ரிசதி நாமா. எந்நாளும் யௌவன சோபையோடு விளங்கறவள் ஜகத்ஜனனி. ஒப்புவமை இல்லாத ஈடு சொல்ல முடியாதபடி எல்லா அவயவங்களும் அவளுக்கு அமைஞ்சிருக்கு.

யமனுடைய தேஜஸ் அவளோட கூந்தலா அமைஞ்சதுன்னு மகிஷாசுர மர்த்தனியா அம்பாள் வெளிப்படும்போது சொல்லப்படறது. ‘புஷ்பித்த கருநெய்தல் காடு போல இருக்கேம்மா’ என்கிறார் ஆதிசங்கரர். அதுக்காக கரடு முரடா கற்பனை பண்ணிக்க வேண்டாம், மென்மையா, பளபளப்பா அமைஞ்சிருக்கிற அந்தப் பூவனம், நம்மோட மனசிலே இருக்கிற அறியாமை என்கிற இருளைப் போக்கடிக்கும். இப்படி தியானம் பண்ணிட்டுத் தொடங்கற காரியம் ஜெயிக்கும்.

அதிலே வாய்க்கால் மாதிரி நேரே அமைஞ்சிருக்கும் வகிட்டையும், அதிலே சீமந்தப்பிரதேசத்திலேயுள்ள குங்குமத்தையும் சேர்த்து நினைக்கிறது சிலாக்கியமானது.

உத்தம ஸ்த்ரீகளோட முன்நெற்றி சிந்தூரத்தைத் தரிசிச்சுட்டுப் புறப்படறது நல்ல சகுனம். முன்நெற்றி

முடியெல்லாம் சுருண்டு, வண்டு மொய்த்ததுபோல இருக்கிறது என்கிறார் குருநாதர். பாதி சந்திரன்போல பிரகாசிக்கிற நெற்றியோட அம்பாளை தியானம் பண்ணினா சந்தான பாக்கியம் கிடைக்கும். புருஷப் பிரஜையை யாசிக்கிறவாளும் இப்படி தேவியை கற்பிச்சு ஸ்தோத்திரம் சொன்னா பலிதமாகும்.

பரமேஸ்வரர் சிருங்கார காலத்தில் தேவியோட புருவங்களை மன்மதனோட வில் என்று சொல்லி யிருக்கார். புருவங்களுக்கே இத்தனை சௌந்தர்ய மின்னா கண்களை எதைச் சொல்லி வர்ணிக்கிறது? அவை விசாலமானவை. அதனாலே அவளுக்கு விசாலாட்சி என்ற பேர் உண்டாச்சு. ஆழமான பார்வையானதாலே ஆ'போகவதி'கா என்றும், துள்ளும் மீனைப் போல் விழிகள் காதளவோடியிருக்கிறதாலே மீனாட்சின்னும் அவளுக்கு நாமாக்கள் ஏற்பட்டது.

இப்படி அம்பிகையோட விழிகளை தியானிக்கிறவாளுக்கு எதிர்காலத்தைத் திட்டமிடுகிற சக்தி உண்டாகும். கண்களுக்கு பார்வை தீக்ஷண்யமாக இருக்கும். கன்னங்களிரண்டும் கண்ணாடி போல் வழுவழுப்பாயுள்ளதாம். எள்ளுப் போன்ற, நாசியிலுள்ள மூக்குத்தியின் பாக்கியத்தைப் போற்றும் சௌந்தர்யலஹரியின் 61-ஆவது ஸ்லோகத்தைப் பாராயணம் செய்பவர்களுக்கு தன சம்பத்து வற்றாமலிருக்கும்.

வரிசையான பற்களை உள்ளடக்கிக் கொண்டிருக்கும் மெல்லிய உதடுகளோட அழகை புதிதான கோவைப் பழத்தோடும், பவழத்தோடும் ஒப்பிடலாமென்கிறார் ஆதிசங்கர பகவத்பாதாள். நாக்கின் நுனி செம்பருத்திப் பூவை ஒத்திருக்கிறது. அவள் நா சுவைத்த தாம்பூலத்தைப் பெற்று திருவானைக்கா மடைப்பள்ளியில் பணிபுரிந்த வரதன், காளமேகப் புலவனாகப் பேரும் புகழும் பெற்றான்.

முகமென்கிற தாமரைப் பூவுக்குக் காம்பு போலிருக்கிறதாம் கழுத்து. கழுத்தை மட்டுமே தியானித்து பல ரிஷிகள்

அரசனையே கட்டுப் பாட்டுக்குள் கொண்டு வந்திருக்கிறார்கள்.

"வாஸராரம்ப வேலாஸ முஜ்ஜ்ரும்ப மாணாரவிந்த ப்ரதித வந்விபாணி வயே." பகலின் துவக்கத்தில் மலரும் தாமரையை வெல்லும் இரு கரங்களையுடையவள், என்கிறார் கவி. எப்படிப் பார்த்தாலும் அம்பிகை எல்லாவிதமான மலர்களையும் கொண்ட அதிசய விருட்சம். அவள் வண்டாக மாறி, கருணையென்னும் தேனைச் சுமந்து பக்தர்களைத் தேடி வருகிறாள். அந்த நேரம் பக்தி என்ற வாசலை நாம் திறந்து வைத்திருக்கவேண்டும்.

"யேன வா யாவகா பாக்ருதிர் பாவ்யஸே, தஸ்ய வஸ்யா பவந்தி ஸ்த்ரிய: பூருஷா:" இந்த ஸ்லோகத்தைச் சொல்லி, தினமும் காலையிலும் மாலையிலும் அரைமணி நேரம் அம்பாளை சிவந்த நிறமுள்ளவளாக நெஞ்சிலே வரித்து தியானம் பண்ணினா கன்னிகைகளும், பிரம்மச்சாரி களும் சம்சாரியாவா. ஐஸ்வர்யம் வேணுமின்னா தங்க நிறம், கொண்டவளா நினைச்சு தேவியை தியானம் பண்ணனும்.

'சங்கீதமாகிற மகரந்தத்தை நுகர்கின்ற பெண் வண்டு' என்று நவரத்ன மாலையிலும் மாதங்கி வர்ணிக்கப்படுகிறாள். நவரத்ன மாலையைத் தினமும் பாராயணம் பண்றவா நாக்குலே மாதங்கி குடியேறுகிறதா குருநாதர் பலஸ்ருதியிலே சொல்லியிருக்கா. "வைபாதிக ஸோண வார்ஜ ப்ரபாஸத்ருஷச்சவி பாணிபல்லவே" என்கிறார் பிரம்மா. இந்த ஸ்லோகம் பத்ம புராணத்திலே கஜாரண்ய மகாத்மியத்தில் 8-ஆவது அத்தியாயத்திலே இருக்கு. விடியற்காலையில் மலர்ந்த செந்தாமரையோட பிரகாசத்துக்கு ஒப்பான ஒளியையுடைய கைகளாகிய தளிர்களை உடையவளே' என்று ஸ்தோத்திரம் பண்ணுகிறார். மரத்தோட தளிர் கை விரல்கள்! கைகள் கிளைகள். அவளோட ரோமாஞ்சனம் துளிர்கள்.

இப்படியெல்லாம் வர்ணித்துவிட்டு பிரம்மா கேட்கறார். "சந்திர சேகரரை விட்டுவிட்டு இங்கே எதுக்காக வந்தீர்கள்" என்று.

"பஞ்சாசத்கோடி விஸ்தீரணமுள்ள இந்த பூமியிலே நடுவிலே இருக்கிறது இந்தத் திருவானைக்கா. இது ஞான க்ஷேத்திரம். அதனாலே இங்கே வந்தேன்" என்றாள் அம்பாள்.

அதோட ஒரு விஷயம் தெரியுமா? சோணாக்ஷசோழன், சேரராஜா, பாண்டியராஜா, விக்ரம ராஜா இந்த நாலுபேரும் மதில் சுவர், கோபுரங்கள், மண்டபங்கள், கர்ப்பக்கிரகங்கள், ஒன்பது தீர்த்தங்கள் எல்லாவற்றையும் அமைத்தார்கள்.

விபூதிப்ரகாரத்தை மட்டும் ஜம்புகேஸ்வரர், அவரே கட்டிக் கொள்வதாக சொல்லிவிட்டார். விபூதிப்ரகாரத்தைக் கட்டினவாளுக்கு விபூதிப் பைகளைக் கூலியாகக் கொடுத்தார். சுவாமி முன்னாலே பிரிச்சுப் பார்த்தா மரியாதைக் குறைச்சல்னு கடைவீதிக்குப் போய் சுருக்குப்பையை அவிழ்த்துப் பார்த்தா, வேலைக்குத் தக்க மாதிரி கூலிப்பணம் அதிலேயிருந்ததைப் பார்த்து ஆச்சரியப்பட்டுப் போனார்கள். இந்த விபூதிப்ராகாரத்திலே நமஸ்காரம் பண்ணினா கோடி அஸ்வமேத யாகம் பண்ணின புண்ணியம் கிடைக்குமென்று ஈஸ்வரன் சொன்னதாக அம்பாள் சொல்லியிருக்கிறாள்.

வேத வித்துக்களுக்கு இங்கே நெய் அன்னத்தைத் தானமாகக் கொடுத்தா கைலாச வாசம் நிச்சயம். ஆயிரம் ஜென்மங்களில் புண்ணியம் சேர்ந்தாதான் இங்கே பிரதட்சணம் பண்ற பாக்கியம் கிடைக்கும்.

விஸ்வ ப்ரமணகாரிணி

தாக்ஷாயணியின் தொப்புளுக்குக் கீழ்பாகம் விழுந்ததாகச் சொல்லப்படும் பிரதேசம் மைகர். இது ஸ்ரீ ராமச்சந்திர மூர்த்தி வனவாசம் செய்த சித்திரகூட மலைப்பிரதேசத்திலிருந்து 110.கி.மீ தூரத்திலுள்ள மைகர் என்ற இடத்தில் குன்றின் மேல் குடியிருக்கிறாள் அம்பாள் சாரதையாக!

1820லே அதோட ராஜா துர்ஜன் சிங் ஜுதேவ் கனவுலே அம்பாள் வந்து "பக்தாளெல்லாம் வருகிறதுக்கு வழிபண்ணு. அவாளுக்குத் தாகம் எடுத்தா என்ன பண்ணுவா?" என்று கேட்டிருக்கா.

அம்பாள் கட்டளைப்படி துர்ஜன் சிங் கோயிலுக்குப் போக படி கட்டினான். படிக் கட்டுகளோட ஆழமான கிணறுகளையும் தோண்டவைச்சான். அதுக்கு 'பவ்லி'ன்னுபேரு. கிணற்றுக்கு அடிவரை போயி, படியைப் பிடிச்சுண்டே ஸ்நானம் பண்ண முடியும்.

அப்போவெல்லாம் ஆட்டைப் பலி கொடுப்பா. துர்ஜன் சிங்கோட பிள்ளை ப்ரிஜிநாத் சிங்கோட சொப்பனத்துலே வந்து "நான் கல்வியைக் கொடுக்கற சக்தியாக இங்க இருக்கேன்.

ஆட்டை வெட்டி அசிங்கப்படுத்தலாமா?"ன்னு கேட்டிருக்கா அம்பாள்.

மறுநாள் உடனே பலியை நிறுத்த உத்தரவு போட்டான் ப்ரிஜிநாத் சிங். கோயிலை சீர்திருத்தம் பண்ணி பராமரிக்கறதுக்கு பணிக்குழுவையும் அமைச்சான்.

(கி.பி.1140-1247) சந்தேல ராஜாவோட தளபதியாக இருந்தவர்கள் ரெண்டு சகோதரா. அவாபேரு ஆலா, உதல் என்கிறது. அவா இந்தக் கோவில்லே பன்னண்டு வருஷம் தவசிருந்து, அம்பாளோட தரிசனத்தைப் பார்த்திருக்கா. மூத்தவனுக்கு சாயுஜ்ய பதவி கெடச்சது. இரண்டாமவனுக்கு சொர்க்கம் கெடச்சிருக்கு. இப்பக்கூட ராத்திரியிலே பெரியவனான ஆலா வந்து பூஜை பண்ணிட்டுப் போறதாக சொல்லப்படறது.

கர்ப்பக்கிரகத்தைக் காலையிலே திறக்கிறப்போ அம்பாள் மேலே சந்தனமும், பூக்களுமா இருக்கிறதைப் பார்த்தா, அதை நெஜமின்னுதான் நினைக்கத் தோணறது. ஒவ்வொரு ராத்திரியிலேயும் பத்து மணிக்கு மேலே விடியற்காலை மூணு மணி வரை கோயிலைச் சுத்தி அம்பாள் ஜோதி சொரூபமாக காட்சியளிக்கிறா. மலை மேலேயே தங்கற பக்த கோடிகள் அதைத் தரிசிச்ச உடனே தூக்கம் வந்துடறதாம்! இதுக்கு 'விசதீகரண தரிசனம்'னு பேர்.

அவள் *'விச்வ ப்ரமண, காரீணி!'* இப்படித் தான் லோகத்தை விளையாட்டா நடத்திண்டு போவா. காமேஸ்வரனை ஆட்கொள்ளும் புவன சுந்தரியாச்சே!

பேச்சு வராதவா 'நாக்கை சமர்ப்பிக்கிறேன்'னு நேர்ந்துக்கறா. நாக்கோட நுனியை நூலிழை துண்டிச்சு அர்ப்பணிக்கிறா! ஆனா 24 மணி நேரத்துலே அது வளர்ந்து விடுகிறது. அம்பாளோட கருணை! படிச்சுப் பெரிய ஆளா வரணுமின்னு

வேண்டிக்கிறவாளும் உண்டு. கங்கா நதி வங்காள விரிகுடாவில கலக்கும் இடத்திற்கு 'கங்கா சாகர்' என்று பெயர். அந்த முகத்துவாரத்தில கபில மகரிஷி வாழ்ந்து வந்திருக்கிறார்.

சில சன்யாசிகள் கபிலரை தரிசிக்க, அந்த வனப்பகுதியில் நடந்துபோனபோது அம்பாள் தன் சாயலை ஒரு பாறையில் வெளிப்படுத்தி யிருக்கா. அந்தப் பாறையிருந்த இடத்திலேதான் கல்கத்தா காளிகாட் கோயில் இருக்கிறதா வரலாறு சொல்றது.

சௌரங்க கிரி என்கிற சன்யாசி கங்கைக் கரைக் காட்டிலே இப்போ இருக்கிற காளி சிலையைக் கண்டெடுத்து பிரதிஷ்டை பண்ணினதாலே, நன்றியறிதலா அந்த இடத்துக்கு சௌரங்கின்னு பேர் வைச்சதாவும் ஒரு கதை இருக்கு. ஒருத்தருக்குப் பாறையாகக் காட்சி கொடுத்தவள், இன்னொருத்தர் கையிலே சிலையாக அகப்பட்டதும் அவள் விளையாட்டு தானே! அதோடு போச்சா?

ஆத்மா ராம்னு ஒரு பக்தன். சாயங்கால சந்திநேரம். பாகீரதிக் கரையிலே ஜபம் பண்ணிண்டிருக்கும் போது ஜோதியைப் பார்த்திருக்கான். வெளிச்சம் எங்கேயிருந்து வரதுன்னு கண்டுபிடிக்க மறுநாள் காலையிலே போனால், ஜலத்துக்கு அடியிலே ஒரு சின்னக் கல்லுலே அஞ்சு விரல்கள் பதிஞ்சிருந்ததாம்.

அன்னிக்கு ராத்திரி அவனோட சொப்பனத்துலே அம்பாள் பிரத்யட்சமாகி "என்னோட வலது கால் விரல்கள் விழுந்த இடம் அது"ன்னு சொல்லியிருக்கா. அதை பயபக்தியோட எடுத்துண்டு வந்து காளி மாதாவோட பாதங்களிலே ஒட்டிவைச்சு பூஜை பண்ணியிருக்கான்.

ஆத்மா ராமுக்கு பாகீரதி நதிக்கரையில் இருந்து கிடைச்ச அஞ்சு கால்விரல்கள் பதிஞ்ச கல்லுக்குப் பக்கத்திலே ஒரு சிவலிங்கமும் இருந்தது. அதை எடுத்து நகுலேஸ்வர பைரவர்

பெயர் வச்சு-வடக்கேயெல்லாம் பைரவர் ரொம்பப் பிரசித்தம்-காளிக்குப் பக்கத்திலேயே பிரதிஷ்டை பண்ணி பூஜை செய்தான். இப்போ விரல்கள் மாதிரியான கல் ஒரு வெள்ளிப் பெட்டிக்குள்ள பத்திரமாக காளி சிலைக்கு அடியில் வடகிழக்கு மூலையிலே இருக்கு. இதெல்லாம் அம்பிகைக்கு ஒரு விளையாட்டு.

ருரு சம்கார ஹாரிணி

ருரு என்கிற அசுரன் பொதிகை மலையில் பார்வதியைப் பார்க்க நேர்ந்தது. அறிவிலியான அவனுக்கு அம்பிகையை அடையணும்னு ஆசை வந்திருக்கு. அதுக்காகப் பிரம்மாவை வேண்டித் தவமிருந்தான். பிரம்மா வந்தார். அவர்கிட்ட தன் ஆசையைச் சொன்னான். "அட, முட்டாளே! நெருப்பிலே குதிக்கணுமின்னு நெனைச்சா வெந்து போவே! அழிவு காலத்துக்குத்தான் உனக்கு இப்படியொரு மோகம் ஏற்பட்டிருக்கு. எப்படியோ போ" என்று சொல்லிட்டார்.

ருரு மலயாசலத்துக்குப் போய் சிவபெருமானை நோக்கித் தவசிருந்தான். கைலாயமே அவன் தவாக்கினியால் தகிச்சது. பரமேஸ்வரர் அம்பாளிடம் "தேவி, ருரு தகாத ஆசையோடு தவம் பண்ணுகிறான். உன் கோப ரூபத்தை அவனுக்குக் காட்டி அவனை அடக்கு"ன்னார்.

அம்பாளுக்கு ரொம்ப ஆத்திரமாயிடுத்து. காளியா மாறினா. சிங்கத்தோட உதிரத்தைத் தலையிலே பூசிண்டா. யானைத் தோலை உடுத்திண்டா. கோரமா நீட்டிண்டிருக்கிற பல் வரிசை, பானை மாதிரி வயிறோட ருரு முன்னாலே வெளிப்பட்டா!

“தாக்ஷாயணி வந்திருக்கேன். ஏன் இன்னும் கஷ்டப்பட்டுத் தவம் பண்றே?” ன்னா.

முழிச்சுப் பார்த்த ருரு பயந்து நடுங்கினான். அப்புறம் தைரியப் படுத்திண்டு “நீ பர்வத ராஜகுமாரியில்லை! காளி. ஓடிப் போயிரு. இல்லேன்னா கொன்னுடுவேன்”னு கதாயுதத்தாலே அம்பாளை அடிச்சான். அம்பாளும் குழந்தைகிட்டே அம்மா சண்டைபோடுகிற மாதிரி விளையாட்டா ருருவோடசண்டை போட்டா. இரத்த பீஜன்கதை மாதிரி ருரு சிந்துகிற ரத்தத்திலிருந்து பல ருருக்கள் கிளம்பினா.

அம்பாள் விஸ்வரூபமெடுத்து கூர்மையான தன் கை நகத்தால் ருருவின் தலையைக் கிள்ளி அதைக் கபாலமாகக் கையில் ஏந்தி அவன் உதிரத்தைக் குடிச்சா. அவன் தோலை உரிச்சு உடம்பிலே போர்த்திண்டாள்.

உஜ்ஜயினியில் அந்தக் காளி ‘கடுகாளி மந்திரில்’ கொலுவிருக்கிறாள். காளி சன்னிதியில் தினமும் துர்க்கா சப்த சதி பாராயணம் செய்றா.

கைலை மலையைப் பெயர்த்து மாட்டிண்டபோது சாமகானம் பாடி அதில் மஹாதேவர் மகிழ்ந்திருக்கையில் தப்பியவன் ராவணன். அப்போ ஈசன் அருகிலிருந்த இமயவல்லியைப் பார்த்திருக்கான். உடனே சபலம் ஏற்பட்டிருக்கு. அவளை அடைய மறுபடி தவம் செய்திருக்கிறான். மஹேஸ்வரர் பிரத்யட்சமாகி” என்ன வேண்டும்” என்று கேட்க, “உமாதேவியை என்னோடு அனுப்ப வேண்டும்” என்று கேட்டிருக்கிறான். சரின்னு பகவதியை அனுப்பியிருக்கிறார் கைலாசபதி.

தங்கையுடைய அருமை தமையனுக்குத் தானே தெரியும்! பெருமாள் அந்தணர் ரூபத்தில் எதிரே வந்தார். “இலங்காதிபதியே! உன் பின்னால் வருகிற கோர

வடிவத்திலேயிருக்கிற பெண் உனக்கு சொந்தமா?" என்ற கேள்வியைவச்சார் இராவணனுக்குத் தூக்கி வாரிப்போட்டது. திரும்பிப் பார்த்தால் காளி அட்டகாசம் செஞ்சுண்டு நிக்கிறா. ராவணன் அங்கே எடுத்த ஓட்டம் இலங்கையில் வந்து தான் திரும்பிப் பார்த்தான். அம்பாள் நின்ற இடம் உஜ்ஜயினி கடுகாளி ஆலயமாயிற்று என்று சொல்லப்படுகிறது. இங்கே அருள் புரிய அம்பாள் நடத்திய விளையாடல் இது!

தனேஷ்வரி

வடக்கே ஹஸ்தினாபுரத்துக்குப் பக்கத்திலே தனேஷ்வரம் என்கிற நகரம். அதிலே 'அனுனை' என்கிற ஒரு பகுதி. அங்கே அச்சுதர் என்கிற காமாக்ஷிதாசர் இருந்தார்.

ஒருநாள் அதிகாலை நாலு மணிக்கு ஒரு சொப்பனம். "அச்சுதா, எனக்கு உன் ஊரில் ஒரு வாசஸ்தலம் அமைத்துக் கொடு. என் பெயர் தனேஷ்வரி; உனக்கு நான் காமாக்ஷி" என்றாள் அம்பிகை. அச்சுதர் தன் கனவை மனைவியிடம் சொன்னார். அவளும் பூரித்துப் போனாள்.

நல்லநாள் பார்த்துக் கோயில் கட்டும் பணியை ஆரம்பித்தார். சீக்கிரமே கோவில் கட்டி கும்பாபிஷேகமும் ஆயிற்று.

"கோயில் கட்டச் சொன்ன காமாட்சிக்கு இவங்களுக்கு ஒரு குழந்தையைக் கொடுக்கணு மின்னு தோணலியே"ன்னு ஊர் பேசியது. ஒரு மண்டலம் அன்னதானமும் பண்ணினார்கள்.

அச்சுதர்-நீலாட்சி தம்பதிகளுக்கு ஞானம்கிற பொண்ணு பிறந்தா. அப்பொழுதும் அவர்கள் அடியார்களுக்கு உணவிடுவதை நிறுத்தவில்லை. அச்சுதரின் செல்வம் கரைந்தது. வளமில்லாதவர்களை விட்டு உறவுகள் பிரிந்தன. அப்போ ஞானத்திற்கு எட்டு வயது.

வயலில் சிந்தியிருக்கும் நெல் மணிகளைப் பொறுக்கி வந்து நீலாவிடம், கொடுத்தார் அச்சுதர். அதை குத்திப்புடைத்து சமைத்தாள் நீலா. "இதுல உப்பையும் தண்ணீரையும் விட்டுக் கரை. நான் குளிச்சு, காமாக்ஷியைத் தரிசித்து விட்டு வருகிறேன்" என்று வெளியே போனார் அச்சுதர். அம்பாளை தரிசித்த பிறகு வீட்டுக்குப் புறப்பட்ட அவரை "அப்பா, அப்பா" என்ற குரல் திரும்பிப் பார்க்கச் செய்தது. அங்கே ஞானம் நின்று கொண்டிருந்தாள்.

"என்னம்மா இது? இவ்வளவு தூரம் வெயில்லே எதுக்கு வந்தே?" என்று பதறினார் அவர்.

லோகத்துக்கே படியளக்கற லோக நாயகி. கொழந்தையா வந்து 'பசிக்கிறது' என்கிறாள். வீடுவரை நடக்க முடியாதுன்னு கெஞ்சறா. கோவில் கட்டித் தந்தவனுக்கு அருள்புரிய அம்பாளே ஞானத்தின் வடிவெடுத்து வந்துவிட்டாள்.

"பாதமெல்லாம் பாருங்கப்பா! கொப்பளிச்சுப் போயிடுத்து. ஒரு அடி கூட நகர முடியாது. சாப்பாடு வேணும்" என்ற ஞானேஸ்வரி, அச்சுதர் கட்டிய மண்டபத்தில் படுத்துவிட்டாள்.

அச்சுதரின் விழிகளில் நீர் பெருகியது. "பெரியவர்கள் பசிதாங்கலாம். குழந்தைப் பசியோ, கொள்ளித்தேளோ என்பார்கள்'' என்று நெனச்சவர் "ஞானம்! கொஞ்சம் பொறுத்துக்கோ. அம்மா சாதம் வடிச்சிருக்கா. போய் எடுத்துண்டு வரேன்"ன்னு சொல்லி ஓட்டமும் நடையுமாக வீட்டுக்கு வந்தார்.

சாதம் எடுத்துக் கொண்டு வருவதற்காக, கோவிலிலிருந்து வீட்டுக்கு வந்த அச்சுதர் நீலாட்சி பசிக்களைப்பில் உறங்கிக் கொண்டிருந்ததைப் பார்த்தார். அவளை எழுப்ப மனமின்றி அன்னம் உள்ள பாத்திரம், உப்பு, கூஜாவில் ஜலம் எல்லாம் எடுத்துக் கொண்டு வேகமாக கோவில் மண்டபத்தை அடைந்தார்.

கண்களை மூடிப் படுத்திருந்த ஞானாம்பிகையை எடுத்து மடிமேல் போட்டுண்டார். யாருக்குக் கிடைக்கும் இந்த பாக்கியம்! அவள் முகத்தை நீரால் துடைத்தார். லக்ஷம் கோடி பன்னீர் அபிஷேகம் செய்த புண்ணியம் அவருக்குக் கிடைத்தது.

சர்க்கரைப் பொங்கலும், வெண்பொங்கலும் நெய் சொட்டச் சொட்ட நிவேதனம் பண்ண பக்த கோடிகள் காத்திருக்க உப்பும், நீரும் விட்டுப் பிசைந்த அன்னத்தை தேவிக்கு ஊட்டினார் அச்சுதர். "அப்பா! சாதம் என்ன ருசியாக இருக்கு" என்று மகிழ்ந்தாள் குழந்தை வடிவில் வந்த அன்னை.

"பாவம்! பசி" என்று நினைச்சார் பக்தர். பாத்திரம் முழுவதும் காலியானது. "கண்ணே! பசி தீர்ந்ததா? வா, வீட்டிற்குப் போகலாம்" என்று அழைத்தார் அச்சுதர்.

"போப்பா, பசி தீரலை. அம்மா இன்னொரு பாத்திரத்தில சாதம் வச்சிருக்கா: வீட்டுக்குப் போனா 'நீதான் சாப்பிட்டுட்டியேன்னு அதைத் தரமாட்டாள். நீங்கள் போய் அதையும் கொண்டு வாங்க" என்றாள் குழந்தையாக வந்த ஈஸ்வரி.

அச்சுதருக்குத் திகைப்பாயிருந்தது. "என்ன சொல்றா குழந்தை! நீலா இவளுக்கு சாப்பாடு தரமாட்டாளா? ஒரு பாத்திரத்தில் தானே சாதம் வடித்தாள்! கொண்டு வந்த நெல் அவ்வளவு தானே" என்று குழம்பியவர், "பசி வேகத்தில் உளறுகிறாள்!" என்று சமாதானம் சொல்லிக் கொண்டு வீட்டுக்குப் போனார்.

நீலாட்சி "ஏன் இத்தனை நேரம்?" என்றபடி எதிரே வந்தாள். "நீலா! கோயில் மண்டபத்தில இருக்கற குழந்தை ஞானம், நீ வச்சிருந்த ஒரு பாத்திர சாதத்தையும் சாப்பிட்டுட்டா. இன்னொரு பாத்திர சாதத்தையும் கொண்டு வா' என்று அடம்பிடிக்கிறா. எடுத்துக் கொண்டு வா" என்றார் அச்சுதர்.

“என்ன உளறுகிறீர்கள்? ஞானம் இங்கே தூங்கிக்கிட்டிருக்கா. மண்டபத்தில் எப்படி சாப்பிட முடியும்?” என்று, அச்சுதர் கையைப் பிடித்திழுத்துக் கொண்டு போய் கிழிந்த ஓலைப்பாயில் பசியால் சுருண்டு கிடக்கும் மகளைக் காண்பித்தாள்.

“அப்போ மண்டபத்திலே நான் ஊட்டி விட்ட குழந்தை யாரு?” என்று திகைத்தவர் ஞானத்தை எழுப்பி “ஏம்மா, அப்பாவை ஆச்சரியப் படுத்தணுமின்னு எனக்கு முன்னே ஓடி வந்து படுத்துட்டியா?” என்று கேட்டார்.

நீலாட்சி விரைந்து சென்று சமையலறையில் அன்னப் பாத்திரத்தை திறந்து பார்த்தா! “வடிச்ச சோறு அப்படியே இருக்க, இவர் எதை எடுத்துப் போய் ஊட்டினேன்கிறார்?” சந்தேகத்தை கணவரிடமே கேட்டாள்.

“மூணுபேர் சாப்பாட்டை ஒரு குழந்தையாலே சாப்பிட முடியுமா, என்னதான் பசின்னாலும்! யோசிச்சேளா?”

அச்சுதரின் தேகம் விதிர்விதிர்த்துப்போச்சு. “தாயே! காமாக்ஷீ” என்றபடி கோயில் மண்டபத்துக்கு ஓடினார். எதுவும் புரியாமல் நீலாவும், ஞானமும் அவர் பின்னே விரைந்தனர்.

மண்டபம் வெறிச்சோடியிருந்தது.

“அப்பா உங்களுக்கு என்ன ஆச்சு?” குழந்தை ஞானம் தகப்பனாரோட கையைப் பிடித்துக் கொண்டாள்.

“அன்பனே! மூன்று தினங்களாய் எனக்கு நைவேத்தியமில்லை. பசி. அதுதான் உன் கையால் அன்னம் ஏற்றேன். இன்றோடு உன் தரித்திரம் தொலைந்தது” என்று கர்ப்பக்கிரஹத்துலேயிருந்து குரல் வந்தது.

குடும்பத்தோடு அம்பாளை நமஸ்காரம் பண்ணிட்டு வீட்டுக்குப்போய் சாப்பிட்டா. அச்சுதருக்கு சாப்பாடே இறங்கலே! ‘அம்பாள்னு தெரியாமப் போச்சே’ன்னு

நீலாகிட்டே புலம்பினார். அவளோ "நான் காமாட்சியைப் பார்க்கக் கொடுத்து வைக்கலியே"ன்னு வருத்தப்பட்டா.

"அம்மா, அம்பாள் நீ வடிச்ச சாதத்தை தானே சாப்பிட்டுருக்கா. என்னை மாதிரித்தானே வந்துருக்கா" என்று குழந்தை ஞானம் சந்தோஷப்பட்டாள்.

மூவரும் இப்படிப் பேசியபடியே உறங்கிப் போனார்கள். காலையிலே எழுந்த நீலா அச்சுதரை எழுப்பி "இதைப் பார்த்தீங்களா?" என்று அங்கிருந்த பெட்டிமேலே பளபளத்துக் கொண்டிருந்த மாணிக்கக் கல்லைக் காண்பித்தாள்.

பெட்டிமேல் பளபளத்துக் கொண்டிருந்த மாணிக்கக் கல்லைப் பார்த்ததும் அதிசயித்த அச்சுதர் "அம்பாள் தான் அசரீரியாச் சொன்னாளே. நான் போய் இதை வித்து மளிகைசாமான் வாங்கிண்டு வரேன். அம்பாளுக்கு இன்னிக்கு சர்க்கரைப் பொங்கலும், புளியோதரையும் நைவேத்யம் வை" என்று நீலாகிட்டே சொன்னார். பிறகு குளிச்சு, விபூதி பூசிண்டு ரத்தினத்தை எடுத்துக்கிட்டு கடைவீதிக்குப் போன அவர் பொற்கொல்லர்கள் கிட்ட கல்லைக் காட்டினார்.

பேராசை பிடிச்ச வியாபாரிங்க "ஆயிரம் வராகன் தர்றோம்"ன்னாங்க. ஒரு நகைக்கடையில் இருந்த பெரியவருக்கு அருள் வந்துடுத்து.

"எல்லாருமா சேர்ந்து ஒரு அப்பாவியை ஏமாத்தவா பார்க்கிறீங்க? ரத்தினக் கல்லோட உண்மையான வெலையைச் சொல்லலேன்னா நசிச்சுப் போயிடுவேள்"னு அவர் மூலம் அம்பாள் வாக்குக் கொடுத்தா.

கடையிலிருந்தவர்கள் பயந்து போய் ஒரே குரலா "பதினாயிரம் வராகன் தர்றோம்"னாங்க. பத்தாயிரம் வராகனை வாங்கிக்கொண்டு வந்த அச்சுதருக்கு அம்பாள் நம்ம பக்கம் இருக்காங்கறதே பெரிய தெம்பாயிருந்தது. இதைக்

காமாக்ஷி மந்திரவிளக்கம் ◆ 149

கேள்விப்பட்ட சொந்தக்காரங்கஎல்லாம் நான், நீன்னு போட்டிபோட்டுண்டு அச்சுதருக்கு உதவினாங்க. இதுக்குமேலே யாருமில்லே என்று சொல்லும்படியான சக்தியின் லீலைகளை சாதாரணப்பட்டவா சொல்லிட முடியுமா? 270-வது த்ரிசதி மந்திரம் அதைத்தான் சொல்றது.

தசமஹா சொரூபம்

"**கை**லாயத்தில் ஒருநாள், தனது தகப்பன் நடத்தும் யாகத்துக்குப் போக அனுமதி கேட்டாள் தேவி. சதீ! இது என்னை அவமதிக்க நடத்தும் வேள்வி. நீ என்னில் பாதியல்லவா? அங்கு போய் அவமானப்பட்டு வரப்போகிறாயா?" என்று கேட்டார் ஈசன்.

"ஸ்வாமி! ஒருவர் செய்யும் தவறைப் பார்த்துக் கொண்டிருப்பது பெரிய குற்றம். அதை உணர்த்தவே நான் போகிறேன். என்னை தடுக்கிறீர்களே" என்று வாதம் செய்தாள் அன்னை.

"தந்தை பாசத்தில் ஏதேதோ பிதற்றுகிறாய்! நீ போகக் கூடாது" என்று கண்களில் பொறி பறக்கச் சொன்னார் பசுபதீஸ்வரர். அம்பிகை எவ்வளவோ கெஞ்சினாள். சூலத்தை குறுக்கே போட்ட ஈசன் "நீ யாகத்துக்கு போகக் கூடாது. இது என்னைத் தாண்டுவது போல" என்றார் உக்கிரமாக.

சாந்த சொரூபியான அம்பாள், ஆக்ரோஷமான ரணபத்ர காளியாகி விட்டாள். முன்பு பிள்ளையார் தலையை ஈசன் கொய்தபோது எடுத்த ரூபமிது. அங்கிருந்து போய் விடலாமென

நகர்ந்தார் சர்வேஸ்வரன். அவரைத் தடுக்க அம்பாள் பத்து விஸ்வரூபங்கள் எடுத்து கைலாயம் முழுவதுமாகப் பரவி நின்றாள்.

இதைப் பார்த்த ஈஸ்வரன், கீழே போட்ட சூலாயுதத்தைக் கையிலெடுத்துக் கொண்டு "யாகத்துக்குப் போ" என்றார். பதியை சாந்தப்படுத்த "என்னுடைய இந்த பத்து ரூபங்களே தசமஹா வித்யைகள்" என்று சொல்லி ஒவ்வொரு வடிவத்தின் விசேஷத்தையும், அந்த வடிவத்தை வழிபடுவதால் உண்டாகும் பலனையும் விவரித்தாள் தேவி. தேகத்தை துறக்குமுன் தாக்ஷாயணி தேவி காட்டிய அற்புதமே 'தசமஹாவித்யை' என்று சொல்லப்படுகிறது. இது அம்பாளோட பெரிய திருவிளையாடல்!

தசமஹா வித்யைகளில் முதல் சொரூபம் காளி. இரண்டாவது ரூபம் தாரா. தாரா என்றால் தாண்டும் சாதனம், மிதக்கும் பொருள் என்று அர்த்தம். சம்சார கஷ்டங்களைத் தாண்ட சாதனமாகும் சக்தி தாரா. வாழ்க்கைக் கடலில் தாரா தேவியின் திருவடிகளைப் பற்றிக் கொண்டவர்கள் துன்பக் கடலில் மூழ்காமல் மிதப்பார்கள். சாஸ்திரங்களில் வல்லமை பெற, பாடல்கள் இயற்ற, சொற்பொழிவாற்ற, தர்க்கத்தில் பாண்டியத்தியம் அடைய வசிஷ்டர், துர்வாசர், வியாசர், வால்மீகி, பரத்வாஜர் ஆகியோர் தாராதேவியை ஆராதித்திருக்கின்றனர்.

ராமபிரானாக அவதரித்தபோது அவருக்கு சத்ரு சம்ஹாரம் செய்யும் சக்தியை அளித்தவள் தாரா தேவி. ஸ்ரீராம ஜபத்தை அதனால்தான் தாரக மந்திரம் என்று சொல்லுகிறார்கள் போலும். தாரா தேவிக்கு உக்ரதாரா, நீலசரஸ்வதி, ஏக ஜடா என்று மூணு மாற்றுப் பெயர்கள் உண்டு. இடையூறுகளிலிருந்து, பகைவர்களிடமிருந்து அடியார்களைக் காப்பாற்றுவதால் உக்ரதாரா எனப்படுகிறாள். சொற்சாதுர்யத்தை அளிக்கிறதாலே

அவளுக்கு நீல சரஸ்வதி என்று பெயர். வாழ்க்கையில் மகிழ்ச்சியையும், முடிவில் முக்தியையும் தருகிறதாலே அவளுக்கு ஏக ஜடான்னு பேர்.

மேற்கு வங்க மாநிலத்தில் மேதினிபூர் மாவட்டத்தில் தாம்லுக் என்னும் துறைமுக நகரின் அருகில் தாம்ரலிப்த பீடம் இருக்கு. (ஹௌராவிலிருந்து புறநகர் ரயிலில் அல்லது பேருந்து மூலமாகச் செல்ல வேண்டும்). தாம்லுக்கை (தாம்லிபட்டினம்) ஆண்ட மயூர குலத்துராஜா பாஞ்சாலியின் சுயம்வரப் போட்டியில் கலந்து கொண்டதாக மஹாபாரதம் உரைக்கின்றது. இந்த மாவட்டத்தில் தாமிரம் கிடைப்பதால், இந்தப் பெயர் வந்திருக்க வேண்டும்.

தாட்சாயணியின் இடது கணுக்காலின் ஒரு பகுதி இங்கே விழுந்ததாகக் கூறப்படுகிறது. அம்பாளே இந்த நகரை உண்டாக்கியதாகவும் சொல்லப்படுகிறது. 'பார்க்கவி மாதா மந்திர்' கோயிலை ஒட்டி 'ரூப் நாராயணன்' நதி ஓடுகிறது. அந்தக் கோயிலின் பல பகுதி வெள்ளத்தில் மூழ்கினாலும் சுமார் அறுபதடி உயரத்தில் மூன்று சுவர்களோடு காட்சியளிக்கிறது. இதைக் கட்டியவர் தேவசிற்பியான விஸ்வகர்மா என்கிறது ஸ்தல வரலாறு.

சந்தான பாக்கியத்துக்கு இவளை நினைத்து விரதம் அனுஷ்டிக்கிறார்கள்.